सेंद्रिय व बायोडायनामिक पद्धतीची
शाश्वत डाळिंब शेती

दिलीपराव देशमुख बारडकर

Sendriya Va Biodynamic Paddhatichi Shashwat Dalimb Sheti
© Diliprao Deshmukh Baradkar

सेंद्रिय व बायोडायनामिक पद्धतीची शाश्वत डाळिंब शेती
दिलीपराव देशमुख बारडकर

प्रथम आवृत्ती	: जानेवारी २०२१
मुखपृष्ठ	: जावेद मुजावर
मुद्रितशोधन व मांडणी	: अश्विनी महाजन
प्रकाशक	: सकाळ मीडिया प्रा. लि.
	५९५, बुधवार पेठ,
	पुणे ४११ ००२
ISBN	: 978-93-89834-40-6
संपर्क	: ०२०-२४४० ५६७८ / ८८८८८ ४९०५०
	sakalprakashan@esakal.com

Disclaimer:
The views expressed in this book are those of the Authors and do not necessarily reflect the views of the Publishers.

मनोगत

डाळिंब हे फळझाड कोणतेही पीक येत नाही, अशा निकृष्ट, हलक्या, पडीक, माळरानाच्या किंबहुना जिथे कुसळही उगवत नाही अशा जमिनीतसुद्धा चांगले येत असल्याने महाराष्ट्रात त्याची लागवड झपाट्याने वाढली आहे. डाळिंबाच्या झाडाची साल, पाने, फुले, फळांची साल, बीज इत्यादींमध्ये असणाऱ्या औषधी उपयुक्ततेमुळे पुढील ५० वर्षे तरी त्याला राष्ट्रीय व आंतरराष्ट्रीय स्तरावर खात्रीची बाजारपेठ उपलब्ध असणार आहे.

डाळिंबावर सुमारे २२ प्रकारच्या किडी, २३ प्रकारचे रोग व पाच प्रकारचे प्राकृतिक विकार आढळतात. त्यांच्या नियंत्रणासाठी डाळिंब उत्पादक रासायनिक खते, कीड, रोग व तणनाशक यांचा अमर्याद वापर करतात. एवढे करूनही डाळिंबाचे समाधानकारक उत्पन्न मिळत नाही. परिणामी, खर्च वाढून प्रसंगी बाग काढून टाकण्याची पाळी येते. शिवाय, रसायनांमुळे जमीन, पाणी, आरोग्य व पर्यावरण यांचे अतोनात नुकसान होते. इतर सर्व पिकांच्या बाबतीत हीच परिस्थिती आहे. त्यामुळे आता शेतीपद्धतीला नवीन दिशा देण्याची वेळ आली आहे. आता कीड-रोगांना नष्ट करण्याऐवजी आपल्या पिकातच किंवा फळझाडातच त्यांच्याविरुद्ध प्रतिक्षमता (Immunity) निर्माण करून कीडरोगांना लांब ठेवण्याचे दूरसारक (Repellancy) तंत्र अवगत करावे लागेल. मित्रकीड, शत्रुकीड, मित्रबुरशी व शत्रुबुरशी यांचे नैसर्गिक संतुलन राखून जैविक व्यवस्थापनेसाठी (Biological Pest Management) निसर्गाची मदत घेता येईल.

मला कृषी संशोधनाची पूर्वीपासूनच आवड असल्याने १९७१मध्ये नागपूर येथून कीटकशास्त्र विषय घेऊन प्रावीण्यासह कृषी पदव्युत्तर शिक्षण पूर्ण केले. त्यानंतर हिंदुस्थान सीबा-गायगी इंडिया लिमिटेड (आताची सिंजेंटा) या कीडनाशक उत्पादक कंपनीत सतत १० वर्षे संशोधन करण्याची संधी मिळाली. शेतकऱ्यांच्या शेतावर महाराष्ट्र, कर्नाटक, तमिळनाडू, मध्य प्रदेश व गोवा येथे द्राक्ष, डाळिंब, काजू, आंबा, नारळ, चहा, भाजीपाला, ऊस इत्यादी पिकांवरील कीड, रोग व तण यांचे नियंत्रण करण्याचे (आरब्बीडी पद्धतीने) संशोधन केले. विषारी रसायनांच्या सततच्या संपर्काने स्लो पॉयझनिंग होऊन माझे दोन्ही पाय सुजले. पत्नीच्या आधाराशिवाय चालता येत नव्हते. ऑलोपॅथी, होमिओपॅथी, आयुर्वेद औषधांनी हात टेकल्यावर शेवटी निसर्गोपचाराने बरा झालो. १९९८पासून स्वतः व इतरांनाही विषमुक्त जैविक शेती करण्यास प्रवृत्त करत आहे.

'सर्वच पिकांवर कीडनाशकांचा वापर १०० टक्के बंद केला पाहिजे,' हे धाडसी विधान मी पुढील अभ्यासानंतर करत आहे. पिकावर फवारलेली कीडनाशके नष्ट होत नाहीत. त्यांची नंतर उप-रसायने

(Metabolites) तयार होतात, त्याला OXONS म्हणतात. ती मूळ रसायनापेक्षा १० ते १०० पट अधिक विषारी असतात. शास्त्रज्ञ असे म्हणतात, की कीडनाशकांच्या विषांशाचे ठरावीक प्रमाण सुरक्षित असते. त्याला LD50 (लीथल डोस), MRLs (मिनिमम रेसिड्यू लिमिट्स), ADIs (ऑक्सेप्टेबल / ऑव्हरेज डेली इनटेक) या परिभाषेत मोजले जाते. या निर्धारित मर्यादांचे आकडेच चुकीच्या चाचणी पद्धतीने काढले असल्याचा दावा निष्पक्ष शास्त्रज्ञ व आंतरराष्ट्रीय कीर्तीच्या जर्नल्ससमधून अनेक शास्त्रज्ञांनी पुराव्यासह प्रकाशित केले आहेत. शास्त्रज्ञ असेही म्हणतात, कीडनाशकाच्या चाचणी पद्धतीने ऑक्युट टॉक्सिसिटी मोजली जाते. क्रॉनिक टॉक्सिसिटी म्हणजे पुढील पिढ्यांच्या मानवी आरोग्यावर होणारे संभाव्य दुष्परिणाम तपासले जात नाहीत. कीडनाशकातील फक्त ऑक्टिव्ह इनग्रेडियंट रसायनाचे परीक्षण होते; त्यासोबत मिसळल्या गेलेल्या इमल्सीफायर्स, सॉल्व्हंट्स, सरफेक्टंट्स, ॲडज्युएंट्स यांची चाचणी होत नाही.

दुसरी महत्त्वाची बाब म्हणजे कीडनाशकांच्या विषांशाचे (Safe Residue Limit) मानवी आरोग्याच्या न्युरोडेव्हलपमेंटवर, एन्डोक्राईन डिसरप्शन कॅपॅसिटीवर संशोधन न होताच ते सुरक्षित समजले जाते. वरील सर्व माहिती तपशीलवार व पुराव्यासह अभ्यासण्यासाठी वाचकांनी *The Myths of Safe Pesticides* हे पुस्तक जरूर वाचावे. या पुस्तकाचे लेखक श्री. ॲन्ड्रे ल्यू ऑस्ट्रेलियात सेंद्रिय शेती करतात. ते इंटरनॅशनल फेडरेशन ऑफ ऑर्गॅनिक ॲग्रिकल्चर मूव्हमेंट (IFOAM) या संघटनेचे अध्यक्ष होते.

हैदराबादस्थित एका स्वयंसेवी संस्थेमार्फत वर्धा जिल्ह्यात शेतकऱ्यांच्या ४०० हेक्टर्स शेतावर भगवा डाळिंबाची सेंद्रिय लागवड करण्याची संधी मला पाच वर्षे प्राप्त झाली. या प्रकल्पात विषमुक्त व शाश्वत उत्पन्न मिळवण्यासाठी अवलंबलेल्या एकात्मिक शेतीपद्धतीचा अनुभव अतिशय मोलाचा वाटला. डाळिंबासकट सर्वच पिकांच्या लागवडीसाठी शेतकऱ्यांनी जमिनीचे विज्ञान (Soil Science), पिकांचे विज्ञान (Crop Science) आणि ब्रह्मांड विज्ञान (Cosmic Science) यांचा एकात्मिक अभ्यास करून लागवड केली तर त्यांना शाश्वत विषमुक्त कृषी उत्पादन मिळेल, तसेच जमीन, पाणी, आरोग्य व पर्यावरण सुरक्षित राहील.

या पुस्तकात नमूद केलेले तंत्रज्ञान समजून घ्यावे. आपल्या परिसरातील हवामान, जमिनीचा प्रकार, उपलब्ध साधनसामग्री व स्वानुभव यानुसार प्रस्तुत तंत्रज्ञानात सुधारणा करावी, वाटल्यास त्याचा प्रत्यय लहान क्षेत्रावर अनुभवावा व खात्री करून घ्यावी. चांगला अनुभव आल्यास इतरांनाही कळवावा. विज्ञान नेहमीच नित्यनूतन असते.

आयुष्यभर समाजकार्य करणाऱ्या व मला सतत प्रेरणा देणाऱ्या माझ्या दिवंगत आईवडिलांना सदर पुस्तक समर्पित करतो. माझे गुरुवर्य आदरणीय मनोहरभाऊ परचुरे (नागपूर) व श्री. विक्रम बोकेसर (पुणे) यांच्या बहुमोल मार्गदर्शनाबाबत आभार! माझी सुविद्य पत्नी सौ. विजया, मुलगी डॉ. आरती व जावई श्री. जीवन व्यवहारे यांच्या प्रोत्साहनामुळे लिखाण पूर्ण करता आले. त्यांचे आभार! महत्त्वपूर्ण माहिती राष्ट्रीय व आंतरराष्ट्रीय पातळीवरील वाचकांपुढे नेण्याची संधी दिलेल्या सकाळ प्रकाशनचे मी विशेष आभार मानतो.

दिलीपराव देशमुख बारडकर

अनुक्रमणिका

सेंद्रिय शेतकऱ्यांची प्रतिज्ञा

भारत माझा देश आहे.
सारे भारतीय माझे बांधव आहेत.
माझ्या शेतीवर माझे प्रेम आहे.
माझ्या देशातील पुरुष व स्त्रियांना समान हक्क असेल.
माझ्या देशातील पारंपरिक बी-बियाणे
आणि विविधतेने नटलेल्या संस्कृतीचा
मला अभिमान आहे.
त्या पारंपरिक बी-बियाणे व सेंद्रिय शेतीची
संरक्षण करण्याची पात्रता माझ्या अंगी यावी
म्हणून मी सदैव प्रयत्न करीन.
मी माझ्या शेतातील किंवा आजूबाजूला
उपलब्ध असलेल्या पशुपक्षी, वनस्पती, प्राणी, सूक्ष्म जीवजंतू
व सेंद्रिय बी-बियाणे यांचे संरक्षण करीन.
मी पाण्याचा योग्य वापर करीन व जलचरांचे संवर्धन करीन.
मी सेंद्रिय खते व बी-बियाणे तयार करून त्यांचाच वापर करीन व
जमिनीला जिवंत ठेवीन.
मी माझ्या सेंद्रिय शेतीत विषारी औषधी
रासायनिक खते तसेच जीवात्मक प्रक्रिया
केलेले बीज वापरणार नाही व बीजप्रक्रियेसाठी
नैसर्गिक व पारंपरिक पदार्थांचाच वापर करीन.
माझी सेंद्रिय शेती व माझे सेंद्रिय शेतकरी बांधव
यांच्याशी निष्ठा राखण्याची मी प्रतिज्ञा करत आहे.
त्यांचे कल्याण आणि त्यांचा विकास
यातच माझे सौख्य सामावलेले आहे.

सौजन्य : ग्रामपरिवर्तन, पुणे

डाळिंबाचे उगमस्थान व क्षेत्र

डाळिंबाचे शास्त्रीय नाव पुनिका ग्रॅनेट्स, कूळ पुनिकेसी असून इ.स. ३५०० वर्षांपूर्वीची त्याची लागवड झाल्याची इतिहासात नोंद सापडते. इंडोनेशियात १४१६मध्ये डाळिंबाची लागवड झाली. मूळचे पर्शिया म्हणजे सध्याचे इराण हे डाळिंबाचे उगमस्थान समजले जाते. डाळिंब प्रामुख्याने स्पेन, इजिप्त, मोरोक्को, बलुचिस्तान, पाकिस्तान, इराण, चीन, म्यानमार, सायप्रस, रशिया, अमेरिकेत फ्लोरिडा व कॅलिफोर्निया येथे घेतले जाते.

भारताला डाळिंबासाठी स्पेन, इराण, पेरू व इस्त्रायल हे प्रमुख स्पर्धक देश आहेत. सध्या उत्तम प्रतीच्या डाळिंबासाठी स्पेन हा देश प्रसिद्ध आहे. जागतिक स्तरावर भारत सर्वांत मोठा डाळिंब उत्पादक व ग्राहक देश आहे. जगभरातील एकूण १० लाख टन डाळिंब उत्पादनात भारताचा सर्वाधिक ४५ टक्के वाटा आहे.

भारतात सुमारे एक लाख हेक्टर क्षेत्रावर डाळिंब फळझाडाची लागवड झाली असून ८० ते ८५ हजार हेक्टर क्षेत्र एकट्या महाराष्ट्र राज्यात आहे. त्यासाठी राज्याला 'पोमोग्रेनेट बास्केट ऑफ इंडिया' म्हणतात. त्याखालोखाल कर्नाटक व आंध्र प्रदेश येथे डाळिंबाची लागवड झाली आहे. २०२५पर्यंत भारतातील क्षेत्र ७.५ लाख हेक्टरपर्यंत वाढण्याची शक्यता आहे (जाधव व शर्मा, २००७). डाळिंबाच्या एकूण उत्पादनापैकी केवळ दोन ते पाच टक्के फळांवरच प्रक्रिया केली जाते.

जागतिक डाळिंब उत्पादनाची टक्केवारी		राज्यस्तरीय डाळिंब उत्पादनाची टक्केवारी	
भारत	४५%	महाराष्ट्र	८०%
इराण	३५%	आंध्र प्रदेश	३%
स्पेन	५%	राजस्थान	२%
अफगाणिस्तान व तुर्कस्तान	३%	तमिळनाडू	२%
अमेरिका	५%	गुजरात	३%
इस्त्रायल	२%	कर्नाटक	१०%
इतर देश	५%		

भारतात वर्षभर डाळिंब उत्पादन घेतले जाते. निर्यात मात्र मृग बहारातील डाळिंबांची होते. या बहाराची फळे नोव्हेंबर ते मार्च दरम्यान उपलब्ध होतात. याच वेळी स्पेनमधील डाळिंबाचा हंगाम सुरू होतो. उत्पादन कमी असूनही स्पेन प्रमुख निर्यातदार देश झाला आहे. निर्यातीत भारताचा वाटा पाच टक्के तर स्पेनचा ४५ टक्के व इराणचा २० टक्के आहे.

■■■

डाळिंब फळझाडाचे महत्त्व

जगात डाळिंबाला 'सिडेड ऑपल', 'फ्रूट ऑफ पॅराडाईज', 'पॉवर हाउस ऑफ न्यूट्रिअंट्स' म्हणून ओळखले जाते. आयुर्वेदात १०७ प्रकारच्या मानवी विकारांवर डाळिंब गुणकारी असल्याचे सिद्ध झाले आहे.

शेतकऱ्यांसाठी महत्त्वाचे

- डाळिंब हे पीक हंगामी नसून त्याला वर्षभर फळे लागतात, त्यामुळे वर्षभर पैसा मिळतो.
- सद्य:परिस्थितीतील कापूस, सोयाबीन व ऊस या पिकांना डाळिंब हे उत्तम पर्यायी पीक आहे.
- शेतकऱ्याला दोन वर्षांनंतर सरासरी अडीच लाख रुपये प्रति हेक्टर मिळतात. दीड वर्षांनंतर एका झाडाला सरासरी पाच किलो व नंतर ५० किलोपर्यंत फळे लागतात.
- श्रीमंतांना हवे असणारे फळ असल्याने डाळिंबाला नेहमीच आकर्षक भाव मिळतो. याचे भाव कधीच फारसे गडगडत नाहीत, त्याचे मार्केट स्थिर असते.
- सेंद्रिय वा विषमुक्त डाळिंब फळांना जादा भाव मिळतो.
- औषधी गुणधर्म असणाऱ्या सेंद्रिय डाळिंबाला किमान ५० वर्षे तरी भरपूर मागणी असणार आहे.
- योग्य निगा ठेवल्यास सेंद्रिय डाळिंब बाग ४० वर्षे चांगले उत्पन्न देऊ शकते (डॉ. गोपाळराज, चेन्नई).

- लघुभूधारकाला ३.६ × ३.० मीटरवर (१२ × १० फुटावर) डाळिंबाची लागवड करून १०० झाडे प्रति हेक्टरपासून भरपूर उत्पन्न मिळवता येते.

- डाळिंब हे भरपूर उत्पन्न देणारे हुकमी फळझाड आहे. द्राक्षाप्रमाणे घड जिरून जाणे, बाग 'फेल' होणे असे प्रकार डाळिंबाच्या बाबतीत घडत नाहीत. बारा महिन्यांत मृग, हस्त, आंबे तसेच मधला आडबहारदेखील घेता येतो.

- कोणत्याही हलक्या, चढउताराच्या जमिनीत डाळिंब पीक घेता येते.

- कमी पर्जन्यमानालाही ते टिकते.

- झाड दोन-तीन महिने पाण्याचा ताण सहन करू शकते.

- हे एक अतिशय पोषक, बहुगुणी व मनाला प्रसन्नता देणारे पीक आहे.

- खाण्यासाठी वर्षभर ग्राहकांची मागणी असते.

- फळाची टिकवणक्षमता (शेल्फ लाईफ) चांगली आहे.

- सॉल्ट टॉलरन्ट असल्याने योग्य काळजी घेऊन क्षारयुक्त जमिनीतही पीक घेता येते.

- डाळिंब पीक नाजूक नाही. वरचेवर छाटणी घेऊन त्याचे आयुष्य वाढवता येते.

- फळाची साल जाड असल्याने दूरवरच्या वाहतुकीमुळे फळाची प्रत बिघडत नाही.

- डाळिंबापासून रस, जॅम, जेली, सालीची पावडर, अनारदाणा, स्क्वॉश, सिरप, पनेटमधून डाळिंब दाणे, टेट्रापॅकमधून ज्यूस, रेडी-टू-इट वाईन, डाळिंब तेल प्रक्रिया उद्योग उभे करता येतात.

- हृदयरोगासाठी उपयुक्त असणाऱ्या डाळिंब तेलाला पाच ते दहा हजार रुपये प्रति लीटर भाव मिळतो.

- डाळिंबाचे उत्पादन दीड वर्षातून दोनदा घेता येते. भाव साधारण ४० ते १४० रुपये प्रति किलो इतका मिळतो.

आरोग्यासाठी महत्त्वाचे

डाळिंबात सर्व प्रकारची पोषकद्रव्ये असून ते लहान मुले, वृद्ध तसेच गर्भवती स्त्रिया यांना पचण्यास सोपे, भरपूर ऊर्जा देणारे व उत्साहवर्धक फळ आहे. आजारी व्यक्तींसाठी याचे महत्त्व किती आहे हे 'एक अनार सौ बिमार' या म्हणीवरून स्पष्ट होते.

डाळिंब झाडाच्या सर्वच भागात औषधी गुणधर्म आढळतात.

डाळिंबाचे झाड

डाळिंब झाडापासून मिळणारे पिवळसर लाकूड अतिशय मजबूत असते. त्याचा वापर चालण्यासाठी लागणाऱ्या आधारकाठी व शोभेची हस्तशिल्पे बनवण्यासाठी होतो.

खोडाची साल

- डाळिंब खोडाच्या सालीमध्ये १० ते २५ टक्क्यांपर्यंत टॅनीन असते. ती तपकिरी रंगाची असून सालीत व मुळात अल्कलॉईड्स व थोडे नत्र असते. पोटातील जंत, जिवाणू संसर्गापासून संरक्षक उपचार म्हणून त्याचा उपयोग होता.

- झाडाची ओली साल वाटून त्याचा रस नाकात घातल्यास नाकातील रक्तस्राव थांबतो.

- जपानमध्ये डाळिंबाच्या झाडाच्या सालीपासून कीटकनाशके तयार केली जातात.

फळाची साल

- डाळिंब फळाची साल टणक, खाण्यास अयोग्य व चवीला कडवट असते. मात्र, विविध रोगांचे निवारण करण्यास उपयुक्त ठरते. डाळिंबाच्या सालीतील व रसातील औषधी गुणधर्म हे त्यामध्ये असणाऱ्या

पॉलिफिनॉल्समुळे असतात. यामध्ये कॅटेचीन्स प्रकारच्या फ्लॅवेनॉईड्सचा समावेश होतो, जी नैसर्गिक संरक्षक व शक्तिशाली अँटिऑक्सिडन्ट्स म्हणून कार्य करतात.

- डाळिंब फळाच्या सालीमध्ये सूक्ष्म जंतुनाशक तसेच विषाणूजन्य व बुरशीजन्य रोगप्रतिकारक शक्ती असते.

- वारंवार चिकट संडास होणे, आव पडणे, लहान मुलांमध्ये गुदद्वार बाहेर येणे, शौचावाटे वारंवार रक्त पडणे, या विकारांवर जेवणानंतर फळाच्या सालीचे चूर्ण घ्यावे.

- सालीपासून तयार केलेले दंतमंजन, अर्क असलेले जेल वा पेस्ट वापरली तर दातांच्या हिरड्यांवरील सूज, रक्त येणे, पायोरिया व इतर दंतविकार दूर होतात. वस्त्रगाळ चूर्ण दंतमंजन म्हणून वापरल्यास दात स्वच्छ होऊन हिरड्या घट्ट व गुलाबी होतात.

- सालीचे चूर्ण एरंड तेलाबरोबर घेतल्यास आतड्यातील टेपवर्म गटातील कृमी नष्ट होतात.

- सालीमध्ये २६ टक्क्यांपर्यंत टॅनिन असते. 'कातडे कमावण्यासाठी' टॅनिनचा मोठ्या प्रमाणात उपयोग होतो. याचा वापर करून विशिष्ट प्रकारचे 'मोरोक्को' लेदर बनवण्यात येते.

- फळाची साल व फुले यांपासून बनवण्यात येणारे नैसर्गिक रंग कापडनिर्मिती क्षेत्रात उपयोगी ठरतात.

- सालीचे चूर्ण मधातून चाटवल्यास लहान मुलांच्या खोकल्यावर आरामदायक ठरते.

डाळिंब फुले

- फुलांपासून बनवण्यात येणारे नैसर्गिक रंग कापडनिर्मिती क्षेत्रात उपयोगी ठरतात.

- वाळवलेल्या डाळिंब कळ्यांची पावडर दीर्घकालीन खोकल्यावर औषध म्हणून वापरतात.

- जुलाबाची सवय असल्यास डाळिंब फुलांचे चूर्ण जेवणाबरोबर घ्यावे.

- पोटातील जळजळ, आंबट ढेकर, लघवीच्या जागी आग होणे, अपचन, मळमळ, उलटी होणे, अतिसार, हगवण वगैरे विकारांवर डाळिंबाची फुले व फळांचा अर्क हा रामबाण उपाय आहे. या अर्कात इश्चेरिशिया कोलाय

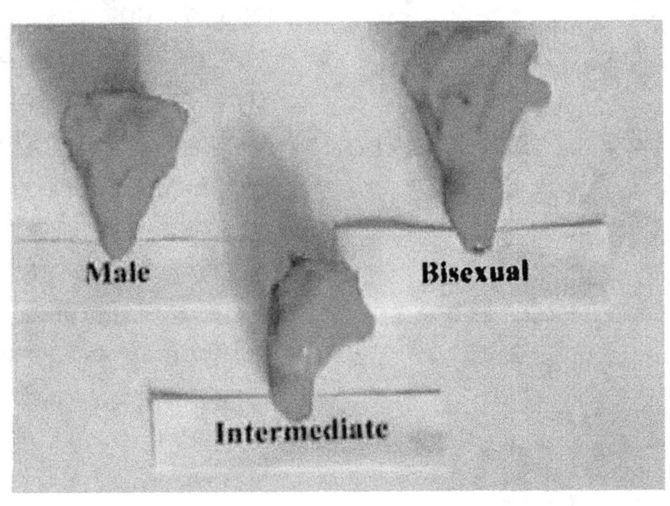

व साल्मोनेला या जिवाणूवाढीस प्रतिबंध करणारे गुणधर्म आहेत.

- क्षयरोगात थुंकीतून रक्त पडत असल्यास डाळिंब फुलांचे चूर्ण शिंगाडा पिठात एकत्र करून द्यावे.
- डाळिंब फुलांचे चूर्ण अनेकविध औषधनिर्मितीत उपयोगी ठरते.
- मोसमी डाळिंब फुलांचे चूर्ण भीमसेनी कापरासोबत जेवणापूर्वी घेतल्यास स्त्रियांचे अंगावरून पांढरे जाणे ही समस्या दूर होते.
- स्त्री-रुग्णातील योनिशैथिल्य जाऊन नैसर्गिक व श्रेष्ठ अत्यानंद मिळतो.

डाळिंब फळ

- फळाच्या रसात नैसर्गिक शर्करा (फ्रुक्टोज, ग्लुकोज व सुक्रोज) तसेच साधी सेंद्रिय आम्ले (ॲस्कारबिक, सायट्रिक, फ्युमॅरिक व मॅलीक) आढळतात.
- शरीरात आवश्यक असणारी अमायनो ॲसिड्स, प्रोलीन, मेथिओनिन व व्हॅलीनस हे गुणकारी पदार्थ असतात.
- व्यायामासोबत आहारात डाळिंब रस घेतल्यास लठ्ठपणा कमी होतो.
- डाळिंबातील पॉलिफिनॉल्स, नायट्रिक ऑक्साईडमुळे उच्चरक्तदाब, हृदयरोग, धमन्यांतील रक्तप्रवाहातील अडथळे कमी होतात.
- दररोज २३५ मिली डाळिंब रस तीन महिने घेतल्यास हृदयास होणारा रक्तपुरवठा १७ टक्के सुधारतो. फळाचे सेवन केल्यास शरीरातील अँटिऑक्सिडंट्सचे प्रमाण १३० टक्क्याने वाढते व उच्चरक्तदाबाचे प्रमाण २१ टक्क्याने घटते (संदर्भ : *जनरल ऑफ कार्डिओलॉजी*).

- जनरल ऑफ न्यूट्रिशननुसार, डाळिंब अर्काने हाडांचे दुखणे, सांधेदुखी, कमरेचा सांधा, गुडघे, पाठीचा मणका, झिजणारे हाड यांच्या वेदना दूर होतात.
- टोकिओ युनिव्हर्सिटीच्या शास्त्रज्ञांनुसार, आंबवलेल्या डाळिंब रसामध्ये असलेले फ्लेवनॉईड्स रक्तक्षयावर परिणामकारक ठरले आहेत.
- जेवणात डाळिंबाचे सुके दाणे वापरल्यास, पोटाच्या विविध विकारांवर उपयोगी पडून भूक वाढते, पित्त कमी होते.
- डाळिंबाचा रस विविध सौंदर्यप्रसाधनात वापरतात.
- स्त्रियांच्या रजोनिवृत्तीच्या काळात होणाऱ्या हाडांची झीज व मानसिक ताण यांना डाळिंब रस मुक्ती देतो.
- स्त्रियांमध्ये होणाऱ्या छातीच्या कर्करोगास प्रतिबंध करतो.
- डाळिंब रसात इतर फळांप्रमाणेच शर्करा आढळत असली तरी सततच्या सेवनानेसुद्धा मधुमेहीच्या रक्तातील साखरेचे प्रमाण वाढत नाही. याच्या वापराने अँथेरोक्लेरोसीसचा धोका कमी होतो. डाळिंब रसात सुक्रोज असल्याने मधुमेही रुग्णासाठी तो उपयोगी ठरून मधुमेहावर नियंत्रण मिळते.
- वृद्धांमधील लघवीस त्रास देणाऱ्या प्रोस्टेट ग्रंथीच्या आजारावर डाळिंब अत्यंत गुणकारी आहे.
- इंग्लंडमध्ये प्रोस्टेट ग्रंथीच्या कर्करोगावर डाळिंब उपयुक्त ठरल्याचे निष्कर्ष आहेत.
- टायफॉईड, आतड्याच्या व अस्थमाच्या रोगापासून बरे होण्याकरिता केशरमिश्रित डाळिंब रसाचे सेवन उपयोगी ठरते.

डाळिंब बियांचे तेल

- डाळिंब बियांच्या तेलात फायटोस्टेरॉल असते, जे फक्त वनस्पतीच तयार करू शकतात. त्यामुळे शरीरातील कोलेस्टेरॉलचे प्रमाण कमी करते, तसेच शरीराची रोगप्रतिकारशक्ती वाढवते.

- डाळिंब रसात व बियांच्या तेलात स्तनांच्या कर्करोगास प्रतिबंध करण्याचे गुणधर्म आहेत. त्यामुळे कर्करोगाच्या पेशी वा ग्रंथी बनण्याच्या प्रक्रियेत ४७ टक्क्यांनी घट झाल्याचे आढळले.

- डाळिंब बियांच्या तेलापासून जिलेटीनयुक्त सॉफ्टजेल कॅप्सुल तयार करण्याचे तंत्रज्ञान राष्ट्रीय डाळिंब संशोधन केंद्र, सोलापूर यांनी शोधून काढले आहे.

डाळिंब बियांचा अर्क

- पोटातील जंतांसाठी डाळिंब बियांचा अर्क पुरातन काळापासून उपचार म्हणून वापरतात.

- गरम पाण्यातून डाळिंब बियांचा अर्क घेतल्यास जुलाब होणे, आव पडणे या तक्रारी कमी होतात.

- डाळिंबाच्या बियांमधील गर सोडून पांढऱ्या दाण्यात १८ टक्के तेल असते. या दाण्यांमधून तेल काढल्यानंतर राहिलेल्या चोथ्यात वनस्पतिजन्य लिग्नीन व पॉलीसॅकराईड्स हे रासायनिक पदार्थ असतात. हे दोन्ही पदार्थ स्त्रियांमधील कर्करोगाच्या प्रतिबंधासाठी उपयुक्त ठरतात. तसेच हे पदार्थ सांधेदुखीचा धोकाही कमी करतात.

- डाळिंबाच्या बहुविध औषधी गुणधर्मामुळे जागतिक बाजारपेठेत सेंद्रिय विषमुक्त डाळिंबास मोठ्या प्रमाणात मागणी असते. त्यासाठी जास्त भावही दिला जातो.

सौजन्य : डाळिंब बहुगुणी औषधी फळ,
राष्ट्रीय डाळिंब संशोधन संस्था, सोलापूर

■■■

डाळिंबासाठी हवामान आणि जमीन

हवामान

- डाळिंब पिकाला उष्ण, दीर्घ उन्हाळा, कोरडी हवा व साधारण कडक हिवाळा चांगला मानवतो.

- शून्य ते ५०° सें. तापमानात डाळिंब तग धरते. तरीसुद्धा १५° ते ४०° सें. तापमान, मुबलक सूर्यप्रकाश, शुष्क वातावरणात डाळिंब पिकाची समतोल, सुदृढ व निरोगी वाढ व अधिक उत्पादनासाठी योग्य समजली जाते.

- डाळिंब पीक उष्ण व थंड अशा दोन्ही हवामानात घेतले जाते.

- समुद्रसपाटीपासून ४०० ते २००० फूट उंच जागा असली तरी डाळिंब चांगले येते.

- डाळिंब कोणत्याही हवामानात येत असले, तरी वाढ उत्पादनक्षमता व फळाची प्रत समशीतोष्ण हवामानात चांगली होते. उष्ण, दीर्घ उन्हाळा, कोरडी हवा, साधारण कडक हिवाळा चांगला मानवतो.

- फळधारणेपासून फळ तयार होईपर्यंत कडक ऊन, कोरडी हवा व पक्वतेच्या काळात साधारणपणे उष्ण (३०° ते ४२° सें.) व दमट हवा असल्यास चांगल्या दर्जाचे फळ मिळते. फळांची वाढ होत असताना आर्द्रतेचे प्रमाण जास्त असल्यास रोग व किडी यांचे प्रमाण वाढून फळांचा दर्जा खालावतो. फळांच्या

वाढीनंतर आर्द्रता वाढल्यास फळांना वरून व आतून चांगला रंग येतो.

- हस्त बहाराची फळे मार्च-एप्रिलमध्ये काढणीस येतात. या काळात वातावरण उष्ण व कोरडे तसेच आर्द्रतेचे प्रमाण नगण्य असते. त्यामुळे फळांना बाहेरून व आतून चांगला रंग येत नाही.

- मध्यम पर्जन्यमानात ५०० ते ८०० मिमी प्रति वर्ष क्षेत्रात लागवड किफायतशीर व फायदेशीर ठरते. १०० मिमी किंवा त्याहून अधिक पर्जन्यमान प्रति वर्ष क्षेत्रात डाळिंब अयोग्य ठरते. तिथे रोगराई नियंत्रण, फूलधारणेसाठी आवश्यक ताण, बहार नियोजन, फळांचा विकास व गुणवत्ता नियंत्रण ठेवणे अवघड ठरते.

जमीन

डाळिंबाला पोयट्याची, मध्यम प्रकारची व पाण्याचा चांगला निचरा असलेली जमीन मानवते. काळ्या चिकण जमिनीत झाडाची वाढ जरी चांगली होत असली तरी अशा जमिनीत पाणी साचून राहते, निचरा लवकर होत नाही. त्यामुळे झाडाची श्वसनक्रिया व्यवस्थित होत नाही. बहाराची अनिश्चितता वाढते. तीन फुटांहून अधिक खोलीची काळी जमीन असल्यास डाळिंब लावू नये. भारी

जमिनीत मर रोग येण्याची शक्यताही जास्त असते. त्यासाठी भारी, चिकण, रेताड, पाणथळ, टणक जमीन टाळावी.

डाळिंबासाठी आदर्श जमीन

- सामू (पीएच) : ५.० ते ७.५
- खनिज पदार्थ : ४५%
- सेंद्रिय पदार्थ (किमान ३ टक्के हवेत) : ५%
- ओलावा : २५%
- हवा / प्राणवायू : २५%
- सेंद्रिय कर्ब - एक टक्क्यापेक्षा जास्त
- एकूण सूक्ष्म जिवाणू संख्या : एक कोटी प्रति ग्रॅम माती
- इसी : ०.८ डेसीसायमन / मीटरपेक्षा कमी
- चुनखडीचे प्रमाण : चार टक्क्यांपेक्षा कमी (जास्त असल्यास पाने पिवळी पडतात.)
- उपलब्ध मूलद्रव्य : नत्र (७०० किलो प्रति हेक्टर), स्फुरद (८० किलो प्रति हेक्टर), पालाश (३६० किलो प्रति हेक्टर), लोह - ४.५ पीपीएम, मँगनीज - २.० पीपीएम, तांबे - ०.५ पीपीएम, जस्त - ०.६ पीपीएम, मॉलिब्डेनम - ०.५ पीपीएम, बोरॉन - ०.०६ पीपीएम

डाळिंबाच्या जाती

सेंद्रिय डाळिंब लागवड करताना नेमकी कोणती जात निवडावी, हे अभ्यास करून ठरवावे. बाजारपेठेतील मागणी, दर, उत्पादकता, फळ टिकण्याचा कालावधी, रोगप्रतिकारशक्ती, फळ परिपक्व होण्याचा कालावधी इत्यादी बाबींचा विचार करावा. शेतकरी यापूर्वी गणेश जातीचे डाळिंब लावायचे. परंतु त्याची फळे जास्त काळ टिकत नव्हती, हे पाहून त्यांनी मृदुला व भगवा वाणाची लागवड सुरू केली. मृदुला जातीची फळे चार ते पाच महिन्यांत काढणीला येतात. भगवा जातीला साडेसहा ते सात महिने लागतात. परंतु भगवा वाणाची फळे आकाराने मोठी, आकर्षक, तुकतुकीत सालीची व त्याचे दाणे आकर्षक लाल रंगाचे असल्याने शेतकऱ्यांच्या व ग्राहकांच्या पसंतीला उतरली. त्यामुळे त्याची मोठ्या प्रमाणात लागवड करण्यात आली. तथापि, जिथे अधिक पर्जन्यमान आहे तिथे शेतकऱ्यांना मृदुला वाणाचीच निवड करण्याची शिफारस करण्यात आली आहे.

डाळिंब जाती

पी-२३

ही जात महात्मा फुले कृषी विद्यापीठाने मस्कत या स्थानिक वाणातून निवड पद्धतीने विकसित केली आहे. फळांचा रंग हिरवट पिवळा व त्यावर गुलाबी छटा असते. फळे मोठ्या आकाराची

असून त्याचे सरासरी वजन ३८५ ग्रॅम असते तसेच दाण्यांचे वजन २६५ ग्रॅम एवढे असते. दाणे फिकट गुलाबी रंगांचे असून बिया मऊ असतात. त्यात रसाचे प्रमाण ८३.५० टक्के असते. पक्व फळाचा टीएसएस १६ टक्के असतो. ही जात गणेश आणि जी-१३७ वाणांच्या तुलनेत १५ ते २० दिवस उशिरा तयार होते.

पी-२६

ही जात महात्मा फुले कृषी विद्यापीठाने अहमदनगर जिल्ह्यातील कोल्हार भागात मस्कत जातीच्या झाडांपासून निवड पद्धतीने विकसित केली आहे. याची फळे मोठ्या आकाराची, गोलाकार, गुळगुळीत, पिवळ्या रंगाची व त्यावर गुलाबी छटा असलेली आहेत. फळाचे सरासरी वजन ३१७ ग्रॅम असते. दाणे किंचित पांढरट मोत्यासारखे असून बिया मऊ असतात. दाण्यांचे सरासरी वजन २५१ ग्रॅम असते. त्यात रसाचे प्रमाण ८४.१९ टक्के असून टीएसएसचे प्रमाण १५.५ टक्के असते. आम्लता ०.४६ टक्के असते. पण बिया गणेश जातीपेक्षा कठीण व कडक असतात.

आळंदी

या जातीची लागवड पुण्याजवळील आळंदी परिसरात मोठ्या प्रमाणावर केली जात असे. त्यामुळे या स्थानिक जातीला 'आळंदी' हे नाव पडले.

याची फळे मध्यम आकाराची असून पिकलेल्या फळातील दाणे लाल रंगाचे असतात. दाण्याची चव आंबटगोड असून बिया कठीण असतात. बियांच्या कठीणपणामुळे ही जात विशेष प्रसिद्ध झाली नाही. यांची लागवड अहमदनगर जिल्ह्यातील कोल्हार व राहुरी या भागात पूर्वी मोठ्या प्रमाणात केली जात असे.

मस्कत रेड

फळाचा आकार मोठा असून सरासरी वजन ३८५ ग्रॅम असते. फळाची साल फिकट हिरवी ते लाल असून चमकदार असते. फळातील दाण्यांचे अंदाजे वजन २६५ ग्रॅम असून त्यांचा रंग पांढरट गुलाबी असतो. त्यात रसाचे प्रमाण ८३ टक्के असून टीएसएसचे प्रमाण १६ टक्क्यांपर्यंत मिळते. अहमदनगर भागात या पिकाची अभिवृद्धी फाटे कलमापासून केल्यामुळे फळांच्या गुणधर्मात भिन्नता आढळते. त्यातील काही झाडे बियांची फळे देतात, तर काहींच्या दाण्याचा कणखरपणा कमी असतो. दाण्यांची चव उत्तम असून उत्पादन १८ ते २० टन प्रति हेक्टरपर्यंत मिळते.

काबूल

सध्यातरी या जातीची लागवड महाराष्ट्रात आढळत नाही. फळे मोठी असून फळाची साल जाड असते. फळे पिकल्यावर त्यांचा रंग लाल होतो आणि त्यावर पुसट पिवळ्या छटा असतात. पिकलेल्या फळातील दाण्यांचा रंग लाल असून चव कडवट गोड असते.

कंधारी

काबूल जातीप्रमाणेच ही जातसुद्धा महाराष्ट्रात लागवडीखाली नाही. फळे मोठी, लाल रंगाची असतात. पिकलेल्या फळातील दाण्यांचा रंग गडद गुलाबी असून बिया टणक व चवीला आंबट गोड असतात.

ढोलका

या जातीची लागवड गुजरात राज्यात मोठ्या प्रमाणात आढळते. याची फळे आकाराने मोठी, हिरवट पांढऱ्या रंगाची असतात. पिकलेल्या फळातील दाणे पांढरे किंवा गुलाबी असून त्यांचा आकार मध्यम असतो. दाणे मऊ, रसदार गोड असून ही जात उत्पादनास चांगली आहे.

गणेश (जीबीजी नंबर १)

या जातीचा उगम पुण्यातील गणेशखिंड फळ संशोधन केंद्रात झाला आहे. या जातीचा शोध डॉ. जी. एस. चीमा यांनी आळंदी वाणाच्या रोपापासून निवड पद्धतीने लावला. याची फळे तांबूस पिवळ्या रंगाची, गुलाबी छटा असलेली, सरासरी २३५ ग्रॅम वजनाची असतात. पिकलेल्या फळातील बिया मऊ, गुलाबी रंगाच्या असतात. बियातील रसाचे प्रमाण ७८.७ टक्के असून टीएसएसचे प्रमाण १२.५ टक्के असते. तसेच साखर आणि आम्लता यांचे गुणोत्तर प्रमाण १९ : ५४ असे आढळते. या जातीची लागवड महाराष्ट्रात मोठ्या प्रमाणात आढळते. हा अधिक उत्पादन देणारा वाण म्हणून लोकप्रिय आहे. काही शेतकऱ्यांनी ३२५ ग्रॅम सरासरी वजन असलेली फळे काढली आहेत. फळांची गोडी १६.४७ डिग्री ब्रिक्स असून आम्लता ०.४२ टक्के अशी आहे. ही सोलापूर जिल्ह्यातील प्रमुख जात असून प्रत्येक झाडापासून आठ ते दहा किलो फळांचे उत्पादन घेता येते.

ही जात आळंदी या जातीपासून निवड पद्धतीने १९३६मध्ये तयार करण्यात आली आहे. ती १२० ते १५० दिवसांत तयार होते. या जातीमध्ये चांगल्या गुणधर्मांबरोबरच काही त्रुटीसुद्धा आहेत. याच्या फळातील दाण्यांचा रंग पांढरट असतो. त्याचबरोबर जास्त उष्ण तापमानामध्ये फळांचा रंग फिकट होऊन आतील बी काळे पडण्याचे प्रमाण जास्त आढळते.

डाळिंबाच्या विविध जाती

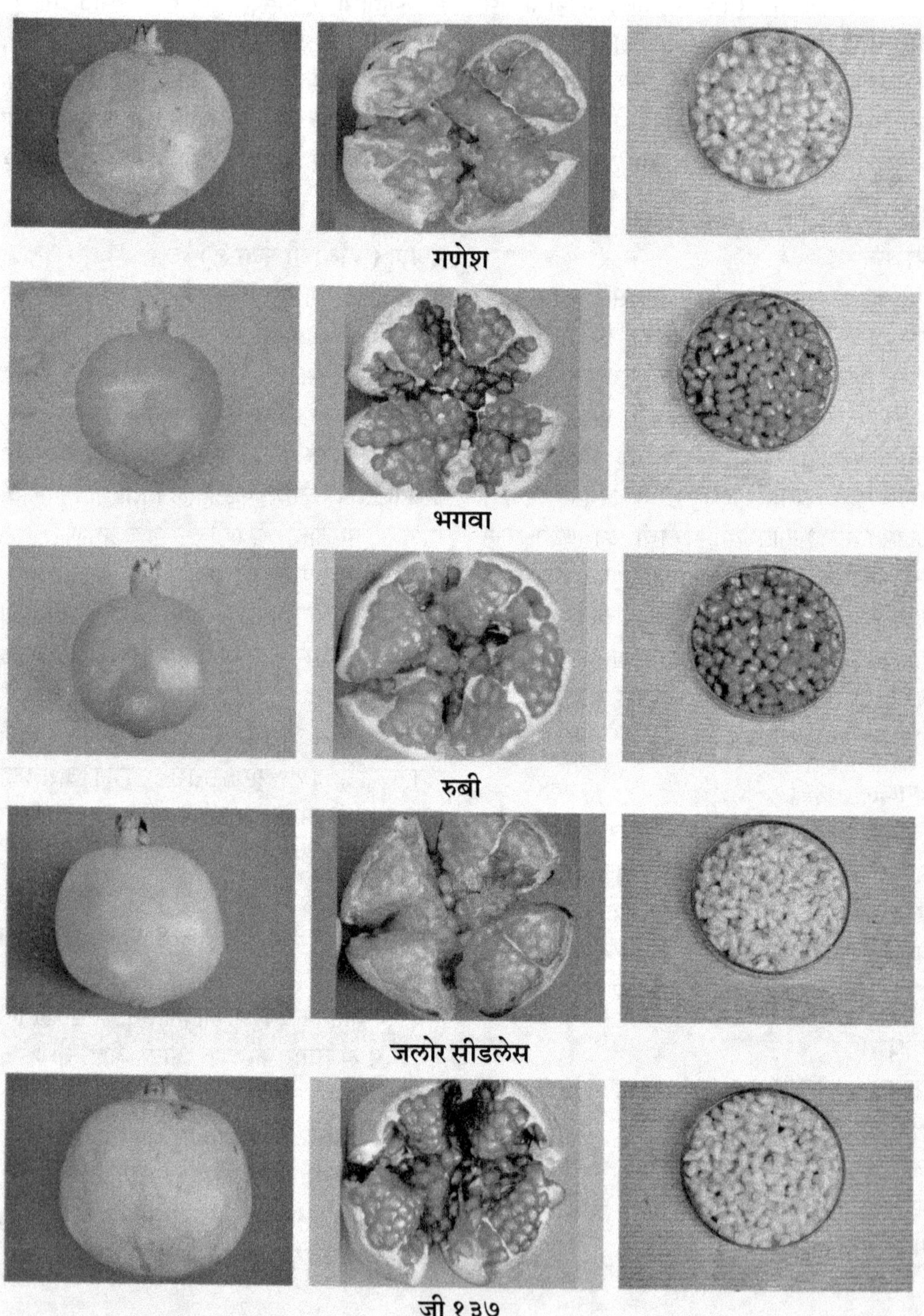

गणेश

भगवा

रुबी

जलोर सीडलेस

जी १३७

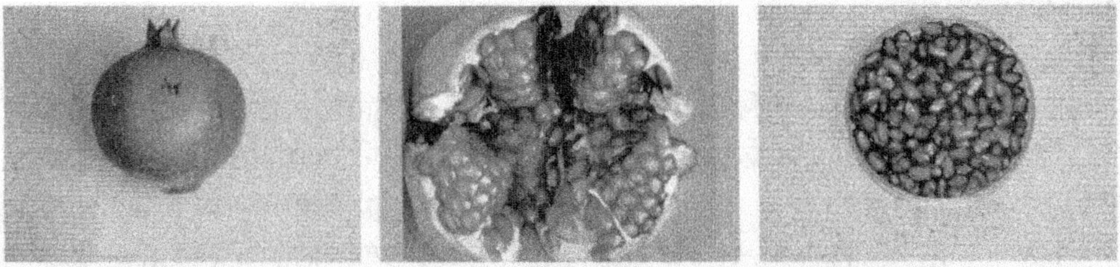

आरक्ता

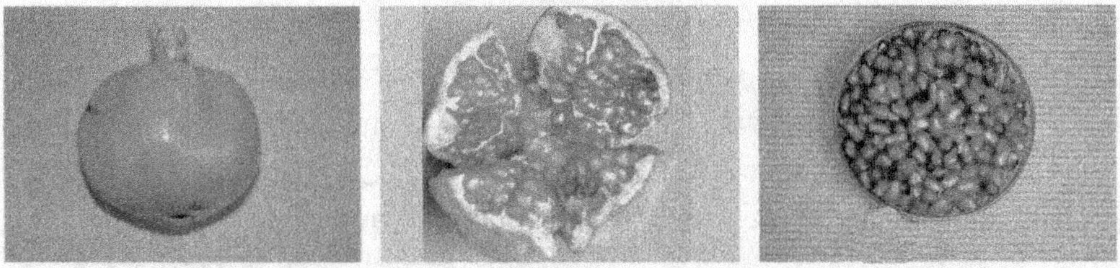

मृदुला

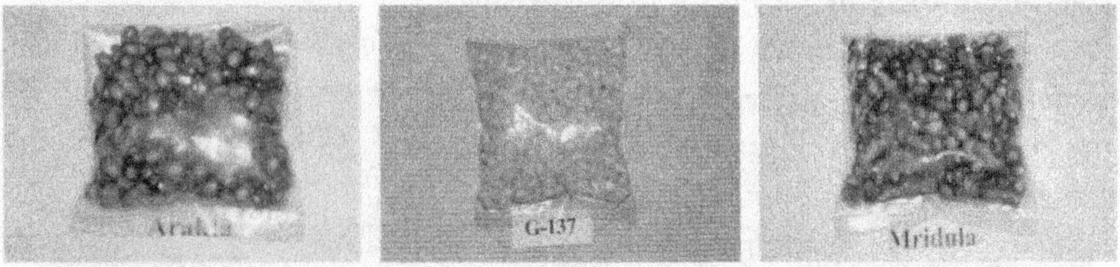

कमीत कमी प्रक्रिया केलेले
आरक्ताचे दाणे

कमीत कमी प्रक्रिया केलेले
जी १३७ चे दाणे

कमीत कमी प्रक्रिया केलेले
मृदुलाचे दाणे

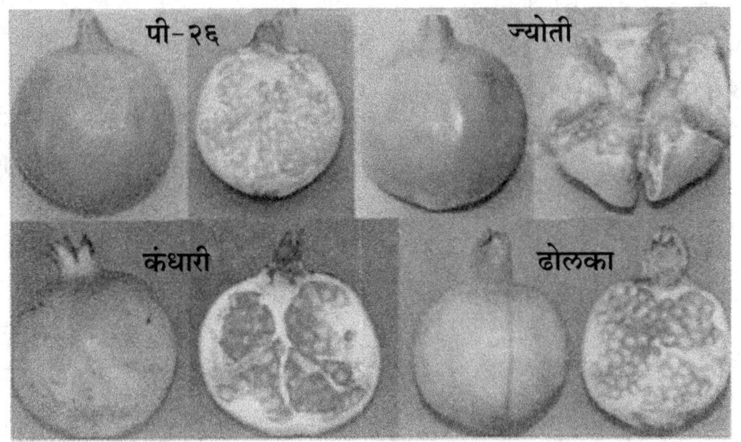

जी-१३७

डाळिंबाची ही जात गणेश जातीतून निवड पद्धतीने महात्मा फुले कृषी विद्यापीठाने विकसित केली आहे. फळे पिवळसर रंगाची, गुलाबी छटा असलेली, मोठ्या आकाराची असतात.

फळांचे सरासरी वजन २८९.९२ ग्रॅम असते व दाण्यांचे वजन २१९ ग्रॅम असते. पिकलेल्या फळातील दाण्यांचा रंग गर्द गुलाबी असून बिया मऊ असतात. त्यांचे रसाचे प्रमाण ८८.७ टक्के असते. पिकलेल्या फळातील टीएसएसचे प्रमाण १६ टक्के असते. यातील दाण्याचा आकार गणेशपेक्षा मोठा असून गोडीसुद्धा गणेशपेक्षा अधिक असते.

ज्योती

ही जात बंगळुरु येथील भारतीय संशोधन संस्थेत विकसित झालेली आहे. फळे मोठ्या आकाराची, आकर्षक लालसर रंगाची; तर दाणे लाल रंगाचे असतात. बिया सर्वाधिक मऊ असून रसाचे प्रमाण जास्त असते. फळे झाडाच्या मधल्या फांद्यांना आतील बाजूला लागतात. त्यामुळे फळे तडकण्याचे प्रमाण कमी आढळते. फळे मध्यम आकाराची सरासरी २२० ग्रॅम वजनाची असतात. त्यांचा रंग पिवळसर तांबडा असून फळाचे दाणे गर्द लाल रंगाचे असतात. त्यातील दाण्यांचे वजन १५७ ग्रॅम असते. पक्व फळातील दाण्यांचा रंग लाल असतो व बिया मऊ असतात. त्यात रसाचे प्रमाण ८२.९६ टक्के असते. पक्व फळात टीएसएसचे प्रमाण १५ टक्के असते.

रुबी

आपल्या राज्यातील बऱ्याच भागांमध्ये रुबी ही जात शेतकऱ्यांनी लागवडीसाठी आणली आहे. डाळिंबाची रुबी जात बंगळुरु येथील इंडियन इन्स्टिट्यूट ऑफ हॉर्टिकल्चरल रिसर्च या संस्थेने संकरित केली आहे. याची फळे गणेश जातीसारखीच असून आकाराने मोठी व चवीने गोड आहेत.

मृदुला

ही जात गणेश आणि गुल-ए-शाह रेड या रशियन जातीच्या संकरित पिढीपासून निवड पद्धतीने महात्मा फुले कृषी विद्यापीठातर्फे विकसित करण्यात आली आहे. या नवीन वाणाचा निर्मिती कार्यक्रम १९८०मध्ये सुरू झाला. पहिल्या संकर वाणातून आशादायक असे काहीच आढळले नाही. त्यानंतर बियांपासून नवीन पिढी तयार करण्यात आली. त्यात मात्र सगळ्या प्रकारचा फरक आढळला. त्यामुळे १९९४मध्ये मृदुला ही जात शेतकऱ्यांसाठी देण्यास विद्यापीठाने मान्यता दिली आहे. या जातीत गणेशपेक्षा पाचपट जास्त रंगद्रव्य आहे. फळे तुलनात्मकदृष्ट्या १० ते १५ दिवस अगोदर तयार होतात.

याची झाडे आकाराने लहान असतात, फळांचा रंग आकर्षक लाल असा असतो. फळे लवकर म्हणजे १२० ते १५० दिवसांत तयार होतात. फळातील दाण्यांचा रंग अधिक लाल असतो. टपोरे दाणे, तसेच उष्ण तापमानामध्येसुद्धा दाण्यांचा लाल रंग टिकून राहतो. फळाची चव गोड असून दाणे अतिशय मृदु (मऊ) असतात. फळांना बाहेरून व आतून आकर्षक रंग असल्याने जून-जुलै व जानेवारी-फेब्रुवारीमध्ये चांगले दर मिळतात. फळाची साल पातळ असल्यामुळे त्यांची साठवणक्षमता कमी असते. रसशोषण करणाऱ्या किड्यांना ही जात लवकर बळी पडते. फळावरती काळे डाग (बुरशीजन्य ठिपके) या रोगाला ही जात प्रतिकारक असते.

मृदुलामध्ये गणेश जातीच्या सर्व गुणांबरोबर गडद लाल रंग हा विशेष गुणधर्म आहे. आंबे बहार व मृग बहारामध्ये फळांच्या पृष्ठभागाचा तसेच आतील दाण्यांचा रंग गडद लाल असतो. हस्त बहारातील फळांचा पृष्ठभाग लाल; परंतु आतील दाण्यांचा रंग गुलाबी असतो. सर्व बहारामधील फळांचे बी

अतिशय मऊ असते. विद्यापीठाच्या प्रयोगामध्ये सर्व बहारामध्ये फळाचे वजन ३५० ते ४०० ग्रॅम मिळाले. सर्व बहारातील फळाचे टीएसएस १५.२ टक्के होते.

फुले आरक्ता

१९८०च्या आसपास डाळिंबामधील संकर कार्य सुरू झाले. गणेश ही जात सर्वमान्य होतीच. तिच्यात लाल रंग आणण्यासाठी प्रयत्न करण्यात आले. या कार्यासाठी रशियातून आलेली गुल-ए-शाह रेड या जातीचा उपयोग करण्यात आला. फळे अतिशय लहान असून ती खूपच आंबट आहेत. परंतु फळाचा व बियांचा रंग मात्र रक्तासारखा लालभडक असतो. या दोन जातींच्या संकरामधून मिळालेल्या बियाण्यापासून रोपे तयार करण्यात आली. अनेक रोपांची वाढ झाल्यानंतर काही आशादायक झाडांची निवड करण्यात आली. संकर केल्यानंतरच्या दुसऱ्या पिढीत नर व मादी म्हणून वापरण्यात आलेल्या वाणांचे काही गुणधर्म झाडांमध्ये एकत्र येतात. सर्व झाडे कोणत्या ना कोणत्या गुणधर्मामुळे वेगळे असतात. एकूण उत्पादन, फळांचा रंग, आकार, विरघळणारे एकूण घनपदार्थ (टीएसएस), साखर, आम्लता, बियांचा मृदुपणा इत्यादी गुणांची तुलना करण्यात आली. त्यात एक अद्भुत वाण दृष्टोत्पत्तीस आले. गणेशपेक्षा फळ लहान; पण बी व फळांचा रंग एकदम लालभडक. हा वाण पूर्वप्रसारित करण्याच्या वेळी त्याला 'आरक्ता' हे नाव देण्यात आले. शेतकऱ्यांना जास्त भाव मिळत असल्यामुळे आरक्ता अतिशय फायदेशीर ठरली आहे.

फळे लालभडक रंगाची असतात. फळांचा हा लाल रंग उन्हाळ्यातही कायम राहतो, हे विशेष वैशिष्ट्य होय. त्यामुळे त्यांना आकर्षक भाव मिळतो. फळांचा मोठा आकार, गोड, टपोरे, मृदु व आकर्षक लाल दाणे, तसेच फळांची साल चमकदार आणि गडद लाल रंगाची असते. फळांवरील रोगासाठी फूलकिडीस हा वाण कमी बळी पडणारा आहे. या जातीत साखरेचे प्रमाण १५ टक्के असते. दाणे खाण्यास गोड व मधुर असतात. रसाचे प्रमाण चांगले असते. परंतु आरक्ताचे दाणे सोलायला अगदी सोपे असतात. या जातीचा आंबेबहार धरल्यास कमी प्रमाणावर रोगकिडी येतात. निर्यातीसाठी हा वाण उत्तम आहे.

हा वाण १२० ते १४० दिवसांत तयार होतो. फळे वजनाला २५० ते ४०० ग्रॅमपर्यंत असतात. यात १५ टक्के साखर असून आंबेबहारासाठी चांगली आहे.

भगवा

या जातीला जय महाराष्ट्र, रेड डायना, शेंदरी, अष्टगंधा, सिंदूर, केसर, भगवा किंवा मस्तानी या नावाने शेतकरी ओळखतात. गणेश जातींमध्ये गणेशला सरस अशी काही झाडे आढळून आली. त्यातून निवड पद्धतीने १९८६मध्ये महात्मा फुले कृषी विद्यापीठाने ही जात विकसित केली असून ती अखिल भारतीय पातळीवर उत्पादनात सरस ठरली आहे. या जातीची फळे रंगाने पिवळी व गडद गुलाबी असतात. फळे १८० ते १९० दिवसांत तयार होतात. फळे मोठ्या आकाराची, गोड टपोरे दाणे, केशरी रंगाची, चकचकीत साल असल्यामुळे त्यांची टिकवण क्षमता जास्त दिवसांची असते. दूरच्या मार्केटमध्ये तसेच निर्यातीस योग्य अशी जात असून लालभडक आकर्षक रंग, चव असल्यामुळे भारतीय भगवा डाळिंबाला युनायटेड किंगडम, हॉलंड, युरोपियन देश व गल्फ या देशात निर्यातीसाठी मोठा वाव असतो.

इतर वाणांच्या तुलनेत हा वाण फळावरील काळ्या ठिपक्या रोगासाठी तसेच फूलकिडीस कमी बळी पडणारा आहे. उत्पादन व गुणवत्ता यांचा

विचार करता इतर सर्वच वाणांपेक्षा शेंदरी वा भगवा जात अधिक सरस आहे.

फुले भगवा सुपर (सिलेक्शन ४)

डाळिंबाचा 'फुले भगवा सुपर' हा वाण महात्मा फुले कृषी विद्यापीठ, राहुरीने फुले भगवा या वाणामधून निवड पद्धतीने निर्माण केली आहे. या वाणास २०१३मध्ये परभणी येथे झालेल्या कृषी विद्यापीठाच्या संयुक्त आढावा बैठकीमध्ये मान्यता देण्यात आली. या वाणाची वैशिष्ट्ये म्हणजे फळाची गर्द केशरी रंगाची जाड साल, अधिक चकाकी, मध्यम आकाराचे फळ, दाणे मऊ, फळांमध्ये रसाचे प्रमाण अधिक, तसेच गोडी जास्त असल्यामुळे देशांतर्गत तसेच निर्यातीसाठी योग्य वाण असल्याने त्यांची लागवडीसाठी शिफारस करण्यात आली आहे.

फळांचा पृष्ठभाग हा अतिशय चमकदार व आकर्षक गडद केशरी रंगाचा असतो. फळे जाड सालीची असतात. प्रति झाड ७८ ते ९० फळे लागतात. भगवा वाणापेक्षा २० ते २५ दिवस अगोदर फळे परिपक्व होतात.

भगवा अर्ली (नंदिनीरत्न)

श्री. नारायणराव कानिटकर, पुणे (९७६६३ ९२१६१, ९८९०२ ६८३९९) यांनी निवड पद्धतीने तयार केलेल्या भगवा अर्ली डाळिंबाची फळे एक ते दीड किलो वजनाची असून झाडावर जास्त दिवस टिकतात. ती तेल्या प्रतिकारक आहेत. गरजेनुसार मार्केटमध्ये नेता येतात. वरील क्रमांकावर संपर्क करून खात्री करावी.

इतर जाती

१. **जोधपूर लोकल :** मध्यम आकाराची फळे, फिकट, गुलाबी रंगाचे दाणे, गोड रसाळ बिया, मध्यम कठीण, राजस्थान राज्यात लागवड

२. **सीडलेस बेदाणा :** फळे मध्यम ते मोठ्या आकाराची, दाणे फिकट गुलाबी किंवा पांढरट, गोड, रसाळ, मृदू दाणे

३. **बेसीन सीडलेस :** कर्नाटक राज्यात लागवड

४. **केव्हीके-१ :** कर्नाटक राज्यात लागवड

५. **जालोर सिलेक्शन :** उत्तर भारतात लागवड

६. **पेपर रोल**

७. **आयआयएचआर सिलेक्शन**

८. **येरकूड**

९. **को-१**

१०. **व्हेलेडू :** दक्षिण भारतात लागवड

११. **सेलेमी**

१२. **शहवर :** इराणमध्ये लागवड

१३. **मालास :** इराणमध्ये लागवड, गणेश डाळिंबासारखा पिवळसर लाल रंग

१४. **अलाक :** इराणमध्ये लागवड, फळाचे सरासरी वजन ५०० ग्रॅम, फळाचा व दाण्यांचा रंग गुलाबी

राष्ट्रीय डाळिंब संशोधन केंद्र, सोलापूर या संस्थेने एप्रिल २०१७मध्ये डाळिंबाच्या तीन नवीन जाती प्रसारित केल्या आहेत :

१. सोलापूर रेड

२. सोलापूर अनारदाणा आणि

३. NRCP H06 (भगवा × गणेश यांचा संकर) वरील वाणांची रोपे डिसेंबर २०१८मध्ये शेतकऱ्यांना दिली.

███

डाळिंब रोपे निर्मिती

डाळिंब रोपांचे महत्त्व व निवड

डाळिंब लागवडीत रोपांचे अनन्यसाधारण महत्त्व आहे. 'शुद्ध बीजापोटी फळे रसाळ गोमटी' या उक्तीप्रमाणे शुद्ध म्हणजेच निरोगी व उत्तम गुणधर्म असलेली रोपे ही डाळिंब बागेचे भवितव्य ठरवत असतात. त्याचप्रमाणे रोपे ही सशक्त व जोमदार असल्यास लागवडीपश्चात रोपांचे विस्थापन व वाढ ही झपाट्याने व एकसारखी होते. त्यामुळे झाडे फळधारणेस लवकर येतात.

डाळिंबाचे उत्पादन हे प्रामुख्याने सुदृढ व निरोगी रोपांवर अवलंबून असते, म्हणून लागवडीकरिता चांगल्या प्रतीच्या निरोगी आणि शास्त्रोक्त पद्धतीने तयार केलेल्या रोपांचा वापर करणे आवश्यक असते. लागवडीसाठी आवश्यक असणारी रोपे विश्वासू ठिकाणाहूनच आणणे फार महत्त्वाचे असते. अन्यथा, फार मोठी फसवणूक होऊन शेतकरी-वर्गाचे कष्ट व पैसा दोन्ही वाया जातात. व्यावसायिकदृष्ट्या डाळिंबामध्ये रोपांची निर्मिती ही छाट कलम, गुटी कलम आणि ऊती संवर्धन या पद्धतीने केली जाते. प्रमुख डाळिंब उत्पादक प्रदेशांमध्ये (मध्य व दक्षिण भारत) रोपांची निर्मिती ही गुटी कलमांद्वारे करण्यात येते; तर इतर भागांमध्ये रोपे निर्मितीसाठी छाट कलम पद्धतीचा वापर केला जातो. काही भारतीय व्यावसायिकांना ऊती संवर्धन पद्धतीने डाळिंबाची रोपे तयार करण्यात यश आले असले तरी अशी रोपे बाह्य वातावरणात टिकवून त्यापासून चांगले उत्पादन मिळवण्याचे मोठे आव्हान त्यांच्यासमोर आहे. सद्य:परिस्थितीमध्ये जैविक आणि अजैविक ताण सहन करण्याची क्षमता असणाऱ्या रोपांची निर्मिती करण्याकरिता तसेच कलम करण्याची योग्य पद्धत आणि कलम करण्याकरिता योग्य खुंट यावरील अभ्यास सोलापूर येथील राष्ट्रीय डाळिंब संशोधन केंद्रात सुरू आहे.

डाळिंबाची लागवड बियांपासून केली जात नाही. कारण बियांपासून वाढ केल्यास उत्पादन उशिरा सुरू होते व मूळ झाडाचे गुण पिकात आढळत नाहीत. डाळिंबाची जात निवडताना शेतकऱ्यांनी आपली जमीन, हवामान, बाजारपेठ व उपलब्ध मनुष्यबळ यांचा विचार करावा.

पूर्वी सर्व जण गणेश डाळिंबाची जात निवडत होते. परंतु महात्मा फुले कृषी विद्यापीठ, राहुरीच्या संशोधनातून आरक्ता, मृदुला, शेंदरी (भगवा) या जातींचा जन्म झाला. आरक्ता या जातीचे फळ फुलोऱ्यानंतर १४० ते १५० दिवसांत तयार होते. त्याची साल पातळ असते. रंग गडद लाल असतो. रसाचे प्रमाण शेंदरी डाळिंबापेक्षा जास्त असते. मात्र, रस शोषणाऱ्या किडी, कोळी, कीटक यांना ही जात लवकर बळी पडते.

शेंदरी (भगवा) जातीचे डाळिंब फुलोऱ्यानंतर १८० ते १९० दिवसांत तयार होते. त्याचे वरील आवरण जाड असते. रसाचे प्रमाण मृदुला व आरक्तापेक्षा कमी असते. रस शोषणाऱ्या किडी व कोळी, कीटक यांना सहजासहजी बळी पडत नाही; परंतु बुरशीजन्य रोगांना ही जात लवकर बळी पडते. रंग गुलालासारखा असतो. युरोपात निर्यातीसाठी शेंदरी (भगवा) डाळिंब निवडले जाते. त्यामुळे बहुतेक शेतकऱ्यांचा कल हा शेंदरी डाळिंब लावण्यावर असतो, आणि तो योग्यही आहे.

डाळिंबाच्या दर्जेदार आणि निरोगी रोपांच्या निर्मितीसाठी प्रामुख्याने पुढील पद्धतींचा वापर केला जातो :

- **गुटी कलम**
  (एअर लेअरिंग किंवा मार्कोटेज)

गुटी कलम पद्धती हजार वर्षांपूर्वी चिनी लोकांना अवगत होती. तिचा वापर ते लिचीची वाढ करण्याकरिता करत असत. त्यामुळेच या पद्धतीला 'चायनीज लेअरेज' किंवा 'मार्कोटेज' असे नाव पडले.

गुटी बांधण्याचे काम साधारणपणे मे ते जून महिन्यात हाती घेतले जाते. चार ते पाच वर्षांवरील झाडावर कलम बांधणे योग्य असते. गुटी कलम करण्याकरिता सरळ वाढणाऱ्या, निरोगी व ८ ते १५ मिमी जाडीच्या काडीची निवड करावी. साधारण पेन्सीलएवढ्या आकाराच्या ३० सेंमी (एक फूट) लांब काड्यांवर डोळे असणाऱ्या भागावरील दोन ते तीन सेंमी साल खरवडून, आतील भागास इजा न झालेल्या भागावरची साल अलगद काढली जाते. त्यावर मुठीत बसेल एवढे शेवाळ (मॉस) चहुबाजूंनी लपेटून पॉलिथीन पट्टीने लपेटून सुतळीने बांधावे. गुटी काडीवर पाण्याचा फवारा मारल्यास फायदा होतो. पॉलिथीनच्या वापरामुळे कर्बाम्ल वायू व प्राणवायू यांचा आतील आवरणात सहजपणे

पारंपरिक गुटी कलम

प्रवेश होतो. पॉलिथीन बाष्पीभवन प्रतिबंधक असल्यामुळे आतल्या माध्यमाचा ओलावा टिकून राहण्यास मदत होते. गुटी कलम प्रामुख्याने जास्त आर्द्रता असणाऱ्या कालावधीमध्ये म्हणजेच जून ते ऑगस्ट महिन्यात बांधावीत.

पूर्ण वाढ झालेल्या एका मातृवृक्षावर साधारणतः १०० ते १२५ गुटी बांधल्या जातात. यामधील ७० टक्के गुटी यशस्वी होऊन ७० ते ८५ गुटी प्रत्येक मातृवृक्षापासून प्रति वर्ष तयार करता येते. सुमारे ७५ ते ९० दिवसांनंतर चांगल्या मुळ्या फुटलेली कलमे झाडांपासून वेगळी करून पॉलिथीन बॅगमध्ये लावून रोपवाटिकेत जतन करावीत. रोप लावण्यापूर्वी पॉलिथीन बॅगमध्ये ४० टक्के सुपीक काळी माती, पाच टक्के वारुळाची माती, ३० टक्के बायोडायनामिक कंपोस्ट, पाच टक्के सीपीपी, २० टक्के नदीची गाळाची माती - ट्रायकोडर्मा - स्पॉसिलोमायसिस एकत्र मिसळून रोपे लावल्यास

पुढील मर रोगाचे धोके संभवत नाहीत, तसेच रोपही जोमदार वाढते.

ज्या झाडावर गुटी बांधली जाते त्याला 'मातृवृक्ष' म्हणतात. ते झाड निरोगी असावे. त्यावरील विशेषत: फळे बघितलेली असावीत. तेल्यामुक्त झाड व फळे असणे अत्यंत महत्त्वाचे आहे. नर्सरीची विश्वासार्हता पाहणे आवश्यक आहे. गुटी बांधल्यावर मुळ्यांची फूट तपासावी. पुरेशा प्रमाणात मुळ्या फुटल्यावर गुटीखालचा भाग तीन टप्प्यात हळूहळू छेदून मातृवृक्षापासून वेगळा करून पिशवीत लावावा. दर वेळी पिशवी भरताना जुने वापरलेले मिश्रण न वापरता नवीन मिश्रण तयार करावे.

● छाट कलम (हार्डवुड कटिंग)

संपूर्ण जगामध्ये डाळिंबाची रोपे तयार करण्यासाठी छाट कलम पद्धती वापरली जाते. या पद्धतीने रोपांची वर्षभर निर्मिती करणे सहज शक्य होते. या पद्धतीने तयार केली जाणारी रोपे रोगमुक्त करण्यासाठी ट्रायकोडर्मा, स्पॅसिलोमायसिसचा वापर करावा. छाट कलमाद्वारे रोपांच्या निर्मितीसाठी ६ ते १८ महिने वयाच्या फांदीची निवड करावी. अशा फांदीचे धारदार कात्रीच्या किंवा सिकेटरच्या साहाय्याने २० ते २५ सेंमी लांब आणि ६ ते १२ मिमी जाडीचे तुकडे करावेत.

● पाचर कलम (वेज ग्राफ्टींग)

सद्य:स्थितीमध्ये डाळिंबाच्या वाढत्या क्षेत्राबरोबरच डाळिंब उत्पादक प्रदेशांमध्ये मर रोगाचे प्रमाण लक्षणीयरीत्या वाढले असून त्यामुळे या क्षेत्रास धोका निर्माण झाला आहे. यामागील प्रमुख कारणे म्हणजे मर रोग प्रतिकारक्षम वाणाची अनुपलब्धता आणि कलमे करावयाची सदोष पद्धती ही होत. प्रतिकूल वातावरणामध्ये तग धरणारी म्हणजेच क्षारपड जमिनी, दुष्काळी वातावरण तसेच रोग व किडी यास बळी पडणे इत्यादींवर मात करण्यासाठी मर रोग प्रतिबंधक वाणाची व कलमाची योग्य पद्धत यांची सद्य:स्थितीत सर्वाधिक गरज आहे.

राष्ट्रीय डाळिंब संशोधन केंद्र, सोलापूर यांनी डाळिंबामध्ये पाचर कलम पद्धत विकसित केली आहे. यामध्ये कोरड्या वातावरणात जानेवारी-फेब्रुवारी महिन्यामध्ये भगवा जातीचे कलम विविध जंगली खुंटांवर केल्यानंतर त्यामध्ये साधारणपणे ४५ दिवसांमध्ये ९० टक्के यश आले आहे.

पाचर कलम पद्धतीने नवीन रोपांच्या निर्मितीकरिता एक ते दीड वर्षे वयाची निरोगी, सरळ वाढणाऱ्या रोपांची निवड करावी. निवडलेल्या रोपांची शेंड्याकडील बाजू जमिनीपासून २५ ते ३० सेंमी अंतरावर कापून टाकावी. उर्वरित खोडावर धारदार चाकूच्या साहाय्याने बरोबर मध्यभागी उभा ५ सेंमी खोलीपर्यंत काप घ्यावा. कलम करण्यासाठी ६ ते १२ महिने वयाच्या, ७ ते १२ मिमी जाडीच्या आणि १५ ते २० सेंमी लांबीच्या काडीची निवड करावी. निवड केलेल्या काडीचा बुडाकडील भाग दोन्ही बाजूंनी एकसारखा निमुळता करून त्यास 'पाचर'सारखा आकार द्यावा. अशा पद्धतीने व्यवस्थित कापलेली काडी खुंटावर घट्ट बसवावी.

काडी बसवलेल्या ठिकाणी पॉलिथीनची २० ते २५ सेंमी लांबीची पट्टी दोरीच्या साहाय्याने घट्ट बांधावी. अशा पद्धतीने तयार केलेली कलमे साधारणपणे ४५ दिवसांमध्ये तयार होतात.

● सूक्ष्म वंशवृद्धी किंवा ऊती संवर्धन (टिश्यू कल्चर)

ऊती संवर्धन पद्धतीत मातृवृक्षाची निवड केल्यानंतर पानातील पेशींची निवड केली जाते. या पेशींमधील काही पेशी या रोग परीक्षण प्रयोगशाळेत पाठवून मातृवृक्ष रोगमुक्त असल्याची खात्री केली जाते. रोगमुक्त मातृवृक्षाच्या पेशी या रोपे बनवण्याच्या प्रक्रियेसाठी वापरल्या जातात. प्रयोगशाळेतील रोपे उत्पादन प्रक्रियेत पेशींचे गुणन, रोपे निर्मिती

ऊती पद्धतीने डाळिंब रोपे तयार करण्याची प्रक्रिया

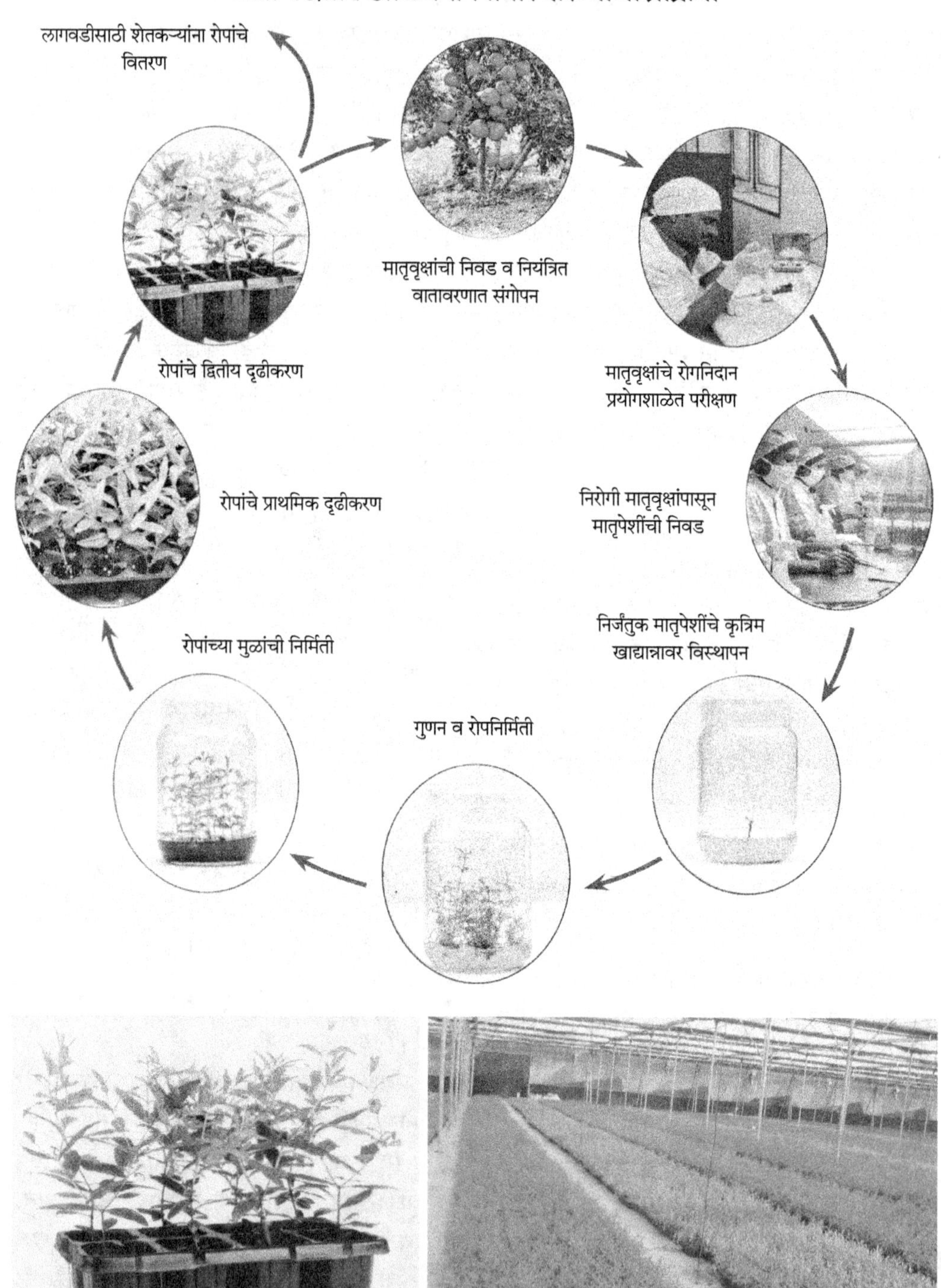

२६ । सेंद्रिय व बायोडायनामिक पद्धतीची शाश्वत डाळिंब शेती

व मूळ निर्मिती पूर्ण करून रोपे ही दृढीकरणासाठी (हार्डनिंग) हरितगृहात व छायागृहात पाठवली जातात. छायागृहात परिपूर्ण वाढ झालेली रोपे शेतात लावण्यासाठी पुरवली जातात.

आधुनिक पद्धतीचे फायदे म्हणजे ही रोपे रोगमुक्त असतात. रोपे बनवण्यासाठी अतिशय कमी मातृवृक्षांची गरज भासते. त्यामुळे व्यापारी तत्त्वावर रोपांची निर्मिती करता येते. रोपे सशक्त व जोमदार असतात.

ऊती संवर्धन पद्धतीचे फायदे

- रोपे एकसमान वयाची व जातीची असतात.
- रोपांची मोठ्या प्रमाणावर निर्मिती करणे शक्य होते.
- रोपे एकाच वेळी फुलोऱ्यात येत असल्याने यांची व्यावसायिक तत्त्वावर लागवड करणे फायदेशीर ठरते.
- उत्कृष्ट प्रतीच्या आणि एकसारखी वैशिष्ट्ये असणाऱ्या फळांचे भरघोस उत्पादन मिळते.
- नवीन प्रदेशामध्ये डाळिंबाची लागवड करण्याकरिता रोगमुक्त रोपांचा पुरवठा करणे शक्य होते.
- इतर फळपिकांमध्ये ही पद्धत मोठ्या प्रमाणावर यशस्वी ठरल्याने डाळिंबाच्या वाढीकरिता या पद्धतीला मोठा वाव आहे.

- रोप लागवडीपासून १५ ते १८ महिन्यांत पहिला बहार घेता येतो.

ऊती संवर्धन पद्धतीचे तोटे

- ही पद्धत खर्चीक असून याकरिता कुशल मनुष्यबळाची आवश्यकता असते.
- रोपांमध्ये असणाऱ्या एकसारख्या गुणवैशिष्ट्यांमुळे अशी रोपे एखाद्या रोगास वा किडीस मोठ्या प्रमाणावर बळी पडण्याची शक्यता असते.
- रोपांची हाताळणी अतिशय काळजीपूर्वक करावी लागते.
- व्यावसायिक तत्त्वांवर अशा रोपांची लागवड केल्यास त्यास चांगल्या प्रतीच्या मशागतीची आवश्यकता असते; तरच त्यापासून भरघोस उत्पन्न मिळू शकते.
- ऊती संवर्धित रोपे रोगमुक्त असतात. परंतु पुढील व्यवस्थापन, निगा योग्य नसेल तर तेल्यासहित सर्व कीड-रोगांना रोपे बळी पडू शकते.
- कंपनीने रोप निर्मिती तेल्यामुक्त मातृवृक्षापासूनच केली आहे, याची खात्री शेतकऱ्याला करून घेता येत नाही.

∎∎∎

सेंद्रिय व बायोडायनामिक शेतीचे सिद्धान्त

सेंद्रिय पद्धतीने शेती करणाऱ्या शेतकऱ्यांनी या तंत्रज्ञानाच्या मूलभूत बाबी लक्षात घेणे गरजेचे आहे. रासायनिक शेती पद्धती अवलंबणाऱ्यांचा एका विशिष्ट 'माइंड सेट' आहे. तो थोडासा बदलून येत्या हंगामापासून नवीन दृष्टिकोनातून शेती केल्यास ती अत्यंत फायदेशीर होईल, असा विश्वास वाटतो.

वाचकांसाठी हे सिद्धान्त पुढीलप्रमाणे :

- वनस्पती व मानव यातील साम्य
- रासायनिक खते बाहेरून दिल्याने पीक वाढत नाही
- विज्ञान समजून घ्या, अंधानुकरण नको
- कीड-रोग नियंत्रणाचा नवीन विचार
- कीड-रोग प्रादुर्भावाची आर्थिक नुकसानीची पातळी महत्त्वाची
- बायोडायनामिक कॅलेंडरच्या तारखेनुसार शेतीकामे
- सर्व प्रकारच्या द्रव निविष्ठा ढवळून वापरा
- शेतीचा हिशेब ठेवा

१. वनस्पती व मानव यातील साम्य

दिनांक १० ते १४ मे २०१३ रोजी भारतातील प्रमुख शास्त्रज्ञांचे 'शाश्वत यौगिक शेती' या विषयावर प्रजापिता ब्रह्माकुमारी ईश्वरीय विश्व विद्यालय, माउंट आबू (राजस्थान) येथे चर्चासत्र झाले. त्यात एस. डी. ऑग्रिकल्चरल युनिव्हर्सिटी दांतीवाडा (गुजरात), जी. बी. पंतनगर कृषी विद्यापीठ (हरियाणा), यौगिक शेती करणारे शेतकरी व या विषयात पीएच.डी. प्रबंध लिहिलेले शास्त्रज्ञ उपस्थित होते. मी या चर्चासत्रास उपस्थित होतो. त्यांनी सादर केलेल्या माहितीवरून वनस्पती व मानव यातील साम्य समजले.

सर जगदीशचंद्र बोस यांनी मनुष्य व वनस्पती यांमध्ये साम्य असल्याचे प्रयोगांती सिद्ध केले आहे. वनस्पती फुप्फुसाविना स्टोमॅटोद्वारे श्वास घेतात, पोटाशिवाय अन्नाचे पचन करतात. स्नायूंविना हालचाल करतात, मज्जासंस्थेविना संदेश ग्रहण करून प्रतिक्रिया देऊ शकतात. हे सर्व त्यांनी 'ऑप्टिकल पल्स रेकॉर्डर' मशीन वापरून सिद्ध केले. त्यांनी *प्लँट आटोग्राफ* नावाचा जगप्रसिद्ध ग्रंथ लिहिला. त्यात वनस्पती प्राण्यांसारखे वागतात, असे म्हटले आहे.

त्यांनी एनसेफेलोग्रामचे (मेंदूची हालचाल नोंदवणारे यंत्राचे) दोन इलेक्ट्रोड पानाच्या वरील व खालील बाजूस जोडून निरीक्षण केले आणि मानवाच्या कातडीला जशा संवेदना होतात, तशा वनस्पतीलाही होतात, असे नोंदवले आहे.

क्लीव्ह बॉक्स्टर शास्त्रज्ञाने लाय डिटेक्टरच्या साहाय्याने गॅल्व्हानोमीटरच्या मदतीने वनस्पतींना भावना असतात, हे दाखवून दिले.

सायकॉलॉजी भौतिकशास्त्राचे जनक डॉ. गुस्ताव फेहनर यांनी वनस्पतींना व्यक्तित्व असल्याचे सिद्ध केले. वनस्पती खरेखोटेही ओळखू शकतात.

चार्ल्स डार्विन या शास्त्रज्ञाने १८५९मध्ये *ओरिजीन ऑफ स्पिसीज* हा खळबळजनक ग्रंथ लिहिला. तसेच *दि पॉवर ऑफ मूव्हमेंट्स इन प्लँट्स* या त्यांच्या ५७५ पानाच्या ग्रंथानुसार वनस्पतींमध्ये संवेदनशीलता असते. त्यांना आनंद, काळजी, निराशा, वाढीची साशंकता, संदेश प्रसारणाची क्षमता इत्यादी असल्याचे सप्रमाण दाखवले आहे.

डॉ. गुस्ताव फेहनर हे लेपझिग विद्यापीठात भौतिकशास्त्राचे प्राध्यापक होते. वनस्पतीत जीव व आत्मा आहे, फक्त त्यांची रूपे, आकार वेगवेगळे आहेत, असे ठाम विचार त्यांनी मांडले. शिवाय, मानस भौतिकशास्त्राचा (सायकोफिजिक्स) पायाही घातला.

पीटर टॉम्पकिन व ख्रिटोफर्ड बर्ड यांनी *सिक्रेट लाईफ ऑफ प्लँट्स* पुस्तकात वनस्पतींचा प्रतिसाद व संवेदनशीलता याबाबत सविस्तर माहिती दिली आहे.

मन:शक्ती केंद्र, वनस्पती प्रयोग विभाग, लोणावळा येथील स्वामी विज्ञानानंद यांच्या प्रेरणेने दि फर्टिलायझर कॉर्पोरेशन ऑफ इंडिया (ट्रॉम्बे)च्या सहकार्यानि १९७७मध्ये गव्हाच्या पिकावर प्रार्थनेचा परिणाम हा प्रयोग करण्यात आला. या प्रयोगात प्रार्थनासंस्कारित भागात तुल्य प्लॉट (कंट्रोल)पेक्षा जास्त उत्पादन मिळाले.

संगीतामुळे भाजीपाला पिकांची वाढ चांगली होते, हे चीनमधील झिझियांग प्रांतातील शेतकऱ्यांनी व निंगबो ये फेई या शेतकऱ्याने दाखवून दिले आहे. उत्तर-पूर्व चीनमधील दालीयान शहरातील शेतकऱ्याचे काकडीचे उत्पादन २० टक्के वाढल्याचे दिसून आले आहे.

शेतकऱ्यांनी आपल्या शेतातील पिकाकडे पाहण्याचा दृष्टिकोन बदलून त्याच्यावर अनावश्यक अत्याचार, अन्याय होणार नाही याची काळजी घेतली पाहिजे.

संदर्भ

१. *संगीताने शेती फुलवा, लेखन-संकलन :* गजानन नामपूरकर, निवृत्त कृषी साहाय्यक, कृषी आयुक्तालय, पुणे (मो. ७३८७० ०३९१७)

२. *ट्रॉम्बे शेतीपत्रिका, जून १९७७*

३. *संगीतातून कृषी समृद्धी : कृषी उत्पादनासाठी संगीतोपचार,* डॉ. एन. के. भुते, कीटकशास्त्रज्ञ, आनंद निकेतन कृषी महाविद्यालय, आनंदवन, वरोरा, जि. चंद्रपूर (महाराष्ट्र)

२. रासायनिक खते बाहेरून दिल्याने पीक वाढत नाही

रासायनिक खत दिल्याने पिकाची जोमदार वाढ होते, त्याचे उत्पन्न वाढते, हा सगळ्यांचा अनुभव आहे. पण विचार करा, रासायनिक खतांचा वापर तर काही वर्षांपूर्वी सुरू झाला आहे. त्याआधी आपले पूर्वज (वाडवडील) रासायनिक खतांशिवाय भरघोस व सात्त्विक उत्पन्न घेत होते. यावरून असे सिद्ध होते, की शेतातील पीक रासायनिक खतांमुळे नव्हे, तर शेतजमिनीत असलेल्या भरपूर ह्यूमस, सेंद्रिय कर्ब व सूक्ष्म जिवाणूंच्या प्रचंड संख्येमुळे वाढत होते. आपल्याच शेतातील बांधावर, जंगलात कुठेही रासायनिक खते टाकली जात नाहीत; तरीही तेथील वनस्पती, गवत भरपूर वाढते.

आपली मानसिकता एवढी पक्की करण्यात आली आहे, की रासायनिक खतांशिवाय पीक वाढत नाही. वास्तविक या खतांमुळे पीक लुसलुशीत व नाजूक (Susceptible) बनते. त्यावर कीड-रोगांचा प्रादुर्भाव लवकर होतो. त्यामुळे रसायनांचा वापर करावा लागतो. या दुष्टचक्रामुळे शेतकरी

वगळता सर्व जण आपला स्वार्थ साधत आहेत, हे लक्षात घ्या. त्याऐवजी जमिनीत भरपूर ह्यूमस, सेंद्रिय पदार्थ, सेंद्रिय कर्ब, सूक्ष्म जिवाणू, उपयुक्त जीव जिवाणू (गांडुळे, मित्रकिडी, मित्रबुरशी, मायकोरायझा इत्यादी) प्रचंड वाढवा व भरघोस उत्पन्न घ्या.

यापुढे शेतकऱ्यांनी चार कसोट्यांवर उतरणारी शेतीपद्धती स्वीकारली पाहिजे, असे डॉ. एम. एस. स्वामीनाथन यांनी म्हटले आहे. त्या कसोट्या पुढीलप्रमाणे :

१. जमिनीची उत्पादकता सातत्याने वाढवणारी (Productivity)

२. शेतमालास उत्कृष्ट प्रत देणारी (Qualitative)

३. जास्तीत जास्त निव्वळ नफा देणारी (Net Profit - Profitability)

४. शाश्वत उत्पन्न देणारी (Sustainability)

सेंद्रिय व बायोडायनामिक शेती पद्धतीने जमिनीचे भौतिक, रासायनिक व जैविक गुणधर्म संतुलित व योग्य होतात. रासायनिक खते न वापरता वरील कसोटीस उतरतात.

जिवाणूंचा ट्रान्सम्युटेशन सिद्धान्त

बॅरन हॅर्झेले या शास्त्रज्ञाने १८८३मध्ये ट्रान्सम्युटेशन सिद्धान्त मांडला. त्यानुसार जमिनीतील सूक्ष्म जिवाणूंमध्ये विशिष्ट नैसर्गिक / आनुवंशिक (जेनेटिक) क्षमता असते. त्यामुळे ते पिकांना हवे ते मूलद्रव्य, हवे तेव्हा, हवे त्या प्रमाणात, आहे त्यातून उपलब्ध करून देऊ शकतात. उदाहरणार्थ, पिकाला नत्राची गरज आहे, पण मॅग्नेशिअम भरपूर आहे; तर ते मॅग्नेशिअमचे नत्रात रूपांतर करून पिकाला पुरवतात. लोह हवे असेल तर मुबलक असलेल्या जस्ताचे रूपांतर लोहात करून हवे त्या वेळी, हवे तेवढे पुरवू शकतात. नेमक्या याच बाबीमुळे आपले पूर्वज कोणतीही रासायनिक खते न देता सूक्ष्म जिवाणूंनी समृद्ध असलेल्या जमिनीतून उत्तम पीक घेत होते.

याच दिशेने प्रयत्न करून सेंद्रिय + बायोडायनामिक पद्धतीने यश प्राप्त करायचे आहे.

३. विज्ञान समजून घ्या, अंधानुकरण नको

शेतकऱ्यांनी कोणतीही कृती करण्यापूर्वी त्यावर सांगोपांग विचार करावा. मग ती डाळिंब जातीची निवड असो, की एखाद्या निविष्ठेचा वापर असो! शेजारच्या शेतकऱ्याने केले किंवा कृषी सेवा केंद्र संचालकाने सुचवले म्हणून ती कृती करू नका. त्याविषयी पूर्ण विचार करा, अभ्यास करा, त्यानंतरच योग्य निर्णय घेऊन पैसे खर्च करा. कोणतीही कृती करताना ती का करावी, त्याची गरज आहे का, हे पाहा. एकदा निर्णय घेतल्यावर ती कृती पिकाच्या कोणत्या अवस्थेत करावी, हे पाहा.

उदाहरणार्थ, गोमूत्र फवारण्याची शिफारस असेल तर ते का फवारावे? कारण, त्यात कीड व रोगनाशक (Entomopathophagous) गुणधर्म आहेत.

केव्हा फवारावे? पीक लहान असताना, फळधारणेवेळी नको, पिकाच्या वाढीसाठी उपयुक्त असल्याने.

किती फवारावे? एक टक्का. पीक लहान (कमी वयाचे) आहे तेव्हा.

पाच टक्के का नको? कारण, एक टक्का गोमूत्रात हार्मोनल प्रॉपर्टी जास्त असते, तर पाच टक्के गोमूत्रात कीडनाशक प्रॉपर्टी जास्त असते.

निविष्ठा का, केव्हा, कशी, किती वापरावी, हे अभ्यास करून ठरवले नाही तर त्याचा फायदा तर होणारच नाही; परंतु आपला कष्टाचा, घामाचा पैसा वाया जाईल. त्यामुळे कृतीमागील विज्ञान समजून घ्या, उगाचच अंधानुकरण करू नका.

४. कीड-रोग नियंत्रणाचा नवीन विचार

१९७०मध्ये कीटकशास्त्र विषय घेऊन कृषी पदव्युत्तर शिक्षण घेताना आम्हांला कीड-रोगांचे समूळ उच्चाटन (Pest Eradication) कसे करावे, हे शिकवत होते. दहा वर्षांनंतर त्यांचे समूळ उच्चाटन अशक्य असल्याचे लक्षात आल्यानंतर 'कीड-रोग नियंत्रण करा' (Pest Control) असे म्हणाले. त्यानंतर दहा वर्षांनी शास्त्रज्ञांच्या लक्षात आले, की निसर्गातील इतर जैविक घटक दुखावले जातात तेव्हा त्याला एकात्मिक कीड व्यवस्थापन (Integrated Pest Management) म्हणून संबोधले गेले. यानंतर पुन्हा लक्षात आले की, एवढे करूनही कीड-रोगांचे प्रमाण वाढतच आहे. एके काळी दुय्यम असणाऱ्या किडी प्रमुख बनल्या आहेत, नैसर्गिक संतुलन बिघडत आहे, तेव्हा त्याला पर्यावरणीय कीड-रोग व्यवस्थापन (Ecological Pest Management) म्हणून शिफारशी झाल्या.

एवढे करूनही प्रश्न मिटले नाहीत. पर्यावरण, मित्रकिडी, मित्रबुरशी, सूक्ष्म जिवाणू व अन्य जीवजंतू यांचा संहार चालूच असून आर्मी वर्म, मिलीबग्ज, निर्मेटोड इत्यादी किडींचा प्रादुर्भाव नवनवीन पिकांवर वाढतच आहे.

नवीन विचार

१. कीड-रोग व्यवस्थापन पद्धतीमध्ये त्यांना नष्ट करू नका; तर दूर ठेवण्याचा प्रयत्न करा. (Repel them)

२. पिकातच प्रतिकारक्षमता (Immunity) तयार करा; जेणेकरून कीड-रोगांना पीक सहजासहजी बळी पडणार नाही.

३. पीकशास्त्र (Crop Science) + जमिनशास्त्र (Soil Science) + ब्रह्मांडशास्त्र (Cosmic Science) या तिघांचा समन्वय करून लागवड पद्धत विकसित करा.

५. कीड-रोग प्रादुर्भावाची आर्थिक नुकसानीची पातळी महत्त्वाची

पिकावर निरनिराळ्या किडींचा व रोगांचा प्रादुर्भाव होतो. त्यांना शत्रुकीड-रोग म्हणतात. निसर्गात या शत्रुकीड-रोगावर उपजीविका करणारे, खाऊन टाकणारे, सूक्ष्म, अतिसूक्ष्म कीड-रोग जंतू असतात. त्यांना परभक्षी व परोपजीवी (Predators and Parasites) म्हणतात. ते आपले मित्र आहेत. 'जीवो जीवस्य जीवनम्' नियमाप्रमाणे निसर्गात मित्र व शत्रुकीड-रोगांचे ठरावीक संतुलीत प्रमाण असते. जेव्हा शत्रुकिडीचे प्रमाण, मित्रकीड-रोगांपेक्षा जास्त होऊन त्यांचे नैसर्गिक नियंत्रण होत नाही, तेव्हा मानवी हस्तक्षेपाची गरज भासते. हस्तक्षेपाची वेळ ठरवणे महत्त्वाचे आहे. या विशिष्ट वेळेला आर्थिक नुकसानीची पातळी किंवा इकॉनॉमिक श्रेश होल्ड लिमिट (ETL) म्हणतात. उदाहरणार्थ, कापसावरील बोंडअळीचा प्रादुर्भाव पाच टक्क्यांच्या वर गेला तरच फवारणी करावी. कमी असेल तर करू नये. तसे केल्यास मित्रकिडींचा संहार होतो, शत्रुकिडीचे प्रमाण वाढून नैसर्गिक असंतुलन होते. सर्व किडी, रोग व तण यांच्या प्रादुर्भावाची आर्थिक नुकसानीची पातळी किती असावी, याचा शास्त्रज्ञांनी अभ्यास केला आहे. शेतकऱ्यांनी विनाकारण फवारणीची घाई करू नये.

६. बायोडायनामिक कॅलेंडरच्या तारखेनुसार शेतीकामे

सेंद्रिय व बायोडायनामिक शेती पद्धतीत जमीन नुसतीच जिवंत नव्हे, तर सचेतन बनवण्याची ताकद आहे. १९२५मध्ये रूडाल्फ स्टायनरने बायोडायनामिक शेती पद्धतीची मूलतत्त्वे सांगितली. युरोपीय देश, अमेरिका, ऑस्ट्रेलिया, न्यूझिलंडसह सुमारे ७० देशांत ही शेतीपद्धत वापरली जाते. या पद्धतीत अंतराळातील ग्रहांची ऊर्जा पकडून विविध फोर्सेस (शक्ती) जमिनीकडे खेचले जातात. त्याचा

अनुकूल परिणाम सूक्ष्मजंतू व ओलावा यावर होऊन पिकाचे उत्पन्न वाढते.

न्यूझिलंडचे पीटर प्रॉक्टर यांनी १९६६मध्ये विदर्भ व धुळे जिल्ह्यातील शेतकऱ्यांना प्रशिक्षण दिले. त्यामुळे त्यांचे उत्पन्न वाढले आहे. तसेच एनएई सेंटर फॉर ऑरगॉनिक फार्मिंग, सीएसकेएचपी कृषी विद्यापीठ, पालमपूर (हिमाचल प्रदेश) यांनी संशोधन करून त्याच्या उपयुक्ततेवर शिक्कामोर्तब केले आहे.

जगभरातील शेतकरी बायोडायनामिक कॅलेंडरमधील शिफारस केलेल्या तारखेनुसार शेतीकामे करत आहेत. हे कॅलेंडर दर वर्षी काढले जाते. ते www.biodynamic.in / www.organichutbkk.com या संकेतस्थळावर पाहता येईल. जमिनीची पूर्वमशागत, बियांची पेरणी, रोपांचे स्थलांतर, भूमितील पिकांची पेरणी, काढणी, फळपिकाची छाटणी, औषध फवारणी इत्यादी कामे करण्याच्या तारखा नमूद केल्या आहेत. त्यानुसार कामे केली तर पिकाचे उत्पन्न ८ ते १८ टक्क्यांनी वाढते.

७. सर्व प्रकारच्या द्रव निविष्ठा ढवळून वापरा

सेंद्रिय व बायोडायनामिक शेती पद्धतीत वापरल्या जाणाऱ्या सर्व द्रव निविष्ठा उदाहरणार्थ, जीवामृत, दशपर्णी, गोमूत्र, आलमिका, पंचगव्य, पंचपर्णी, बीडी ५००, बीडी ५०१, सीपीपी, बीडी तरल खते, व्हर्मीवॉश इत्यादी फवारणीपूर्वी ढवळणे आवश्यक आहे.

वरील निविष्ठांचे द्रावण टाकीत तयार केल्यानंतर भोवरा बनवत घड्याळ्याच्या काट्याप्रमाणे व नंतर विरुद्ध दिशेने उलटसुलट किमान अर्धा तास ढवळावे. नंतर पंपात घालून पिकावर फवारावे किंवा ड्रिपने सोडावे. त्यामुळे वातावरणातील ऊर्जाशक्ती एकत्र येऊन लाभकारी सूक्ष्मजीव सक्रिय होतात. द्रावण संपूर्णपणे चार्ज (Energise) होते. थेंबाथेंबाला प्राणवायूचा संपर्क होतो. त्यामुळे द्रावणाची परिणामकारकता अनेक पटीने वाढते.

८. शेतीचा हिशेब ठेवा

शेती करताना व्यापारी दृष्टिकोन ठेवावा. सर्व पिकांचा एकूण खर्च, उत्पादन, मिळणारा नफा, तंत्रज्ञान वापरताना झालेल्या चुका, यश-अपयश आले तर ते कोणत्या कारणाने; याची पिकनिहाय स्वतंत्र नोंद ठेवावी. त्यामुळे शेवटी पुनर्मूल्यांकन करणे सोपे होते. पिकाची निवड, लागवड पद्धत, निविष्ठा वापर सुधारता येतात. झालेल्या चुकांची पुनरावृत्ती टाळता येते. पीक निघाल्यानंतर ते चुकले का, लवकर पेरले का, दोन ओळीत जास्त अंतर हवे होते इत्यादी बाबी सुधारता येतात.

आपल्याला पिकाचे विक्रमी उत्पादन नको, तर उत्पन्न (उत्पादन वजा खर्च) विक्रमी हवे, हे लक्षात घ्या. शेतीवर आवश्यक तेवढा वाजवी खर्च करावा. परिणामी, प्रतिकूल हवामान, अवेळी पाऊस, बाजारभावातील घसरण यामुळे होणारे नुकसान सुसह्य होते.

सेंद्रिय व बायोडायनामिक शेतीची सुरुवात सावधपणे करावी. रासायनिक खतांचा वापर व कीडनाशकांच्या फवारण्या दर वर्षी हळूहळू कमी करत सेंद्रियकडे वळू नये. तुमच्याकडे एकूण १० एकर शेती असेल तर आठ एकरवर पूर्वीप्रमाणेच रासायनिक पद्धतीने करावी. दोन एकरावर मात्र शिफारशीप्रमाणे १०० टक्के सेंद्रिय व बायोडायनामिक पद्धत वापरावी. दोन्ही प्लॉटवरील पिकाचे उत्पादन, खर्च, निव्वळ नफा असे स्वतंत्रपणे हिशेब ठेवावेत. खात्री पटली, आत्मविश्वास असेल तरच क्षेत्र वाढवायचा निर्णय घ्यावा.

■■■■

पीक लागवडीची पूर्वतयारी

कोणत्याही पिकाची लागवड करण्यापूर्वी सेंद्रिय व बायोडायनामिक शेती पद्धतीचे सिद्धान्त समजून घेतले तर शेतीकडे पाहण्याचा दृष्टिकोन स्वच्छ, सुलभ व सोयीचा होईल. पिकांना भावना असतात, त्यांना मित्र समजून त्यांची सुख-दुःखे समजून घेतली तर त्यांना सहन होणारी, पोषक-पूरक कृती करता येते. शेती करताना रासायनिक खतांची व विषारी कीडरोगनाशकांची गरजच नाही, यावर विश्वास ठेवून योग्य पद्धतीने जमिनीतील ह्यूमस, सेंद्रिय कर्ब, मित्रकिडी, मित्रबुरशी, गांडुळे, सूक्ष्म जिवाणूंची संख्या अल्पावधीत भरपूर वाढवली तर सर्वच गोष्टी सुलभ होतात. आई निरोगी, सशक्त व आनंदी असेल तर तिचे मूलही सुदृढ निपजते; तसे भूमाता व पिकाचे आहे, हे समजून घेतले पाहिजे.

एखादे वर्ष कमी-जास्त उत्पादन आले तरी चालेल. नाहीतरी आजपर्यंत कर्जाची, आतबट्ट्याची शेती करतच होतो ना, असा विचार करून नंतर शाश्वत उत्पन्न देणारी, विनाकर्जाची, विषमुक्त अन्ननिर्मिती स्वतःच्या कुटुंबासाठी व देशबांधवांसाठी करण्याचा संकल्प करून पुढीलप्रमाणे पीक लागवडीपूर्वीची तयारी सुरू करावी.

शेताबाबत

- आपले संपूर्ण शेत मोजून घ्या. त्यामुळे प्लॉटनिहाय पिकानुसार निविष्ठा मोजून वापरता येतील.

- शेतातील मातीची तपासणी (मृदपरीक्षण) करून घ्या. मातीतील प्रामुख्याने सेंद्रिय कर्ब, कर्ब-नत्र गुणोत्तर, सामू, इसी व सूक्ष्म जिवाणूंची एकूण संख्या (TMC - Total Mircobial Count) प्रति ग्रॅम माती-चुनखडीचे प्रमाण तपासून घ्या. उपलब्ध मूलद्रव्ये (नत्र, स्फुरद, पालाश), सूक्ष्म मूलद्रव्ये तपासण्याची गरज नाही. द्विदल पीक, हिरवळीचे पीक, मिश्रपीक, सूक्ष्म जिवाणूंच्या साहाय्याने उपलब्ध मूलद्रव्यांची पूर्तता होते.

- विहिरीचे वा बोअरवेलचे पाणी तपासून घ्या. त्यातील इसी, सोडिअम सल्फेट, सोडिअम, एकूण विद्राव्य खनिजे तपासा.

- शेतीची बांधबंदिस्ती करून शेतातील माती पावसाळ्यात शेताबाहेर वाहून जाणार नाही याची व्यवस्था करा.

- काटेरी झुडपे काढून शेताचे बांध स्वच्छ करा. मोठे वृक्ष तोडू नका. पिकावर सावली करणाऱ्या झाडांच्या फांद्या तोडा. बाभळीची मोजकीच झाडे ठेवा. त्यांच्या शेंगा निविष्ठा म्हणून वापरता येतील. पिकाभोवती बॉर्डर क्रॉप लावण्याइतकी जागा ठेवा. त्यामुळे शेतात जैवविविधता, पक्षिनिवारा, मित्रकीड, मित्रबुरशी वाढण्याचे माध्यम,

मायक्रोक्लायमेट, वारारोधक इत्यादी हेतू साध्य होतील.

- एकूण शेतापैकी एक-तृतीयांश क्षेत्र योग्य फळपीक लागवडीसाठी ठेवा. पाण्याची कमतरता असेल तर सीताफळ, बोर, आवळा इत्यादी कोरडवाहू फळझाड लागवडीचा विचार करा.

- ठिबक संच जोडणी करा.

निविष्ठेबाबत

- शेतात गायी, म्हशी, बैल, शेळ्या असल्या तर उत्तमच! नसतील तर किमान एक-दोन देशी (गावरान) गायी घ्या. त्या दूध देणाऱ्या नसल्या तरी चालतील. उलट, भाकड देशी गायीचे शेण व मूत्र जास्त उपयुक्त व परिणामकारक असते.

- गायीचे ताजे शेण व मूत्र स्वतंत्रपणे गोळा करण्याची सोय करा.

- शेणखत खड्ड्यात तयार करण्याऐवजी जमिनीच्या पृष्ठभागावर थर रचून बायोडायनामिक कंपोस्ट तयार करण्यासाठी जागा स्वच्छ करा.

- बियाण्याची तरतूद करा : ॲरोग्रीन (हिरवळीचे पीक), आंतरपीक, मिश्रपीक, पिकाभोवती बॉर्डर क्रॉप - बियाणे, कलमे

- शक्य असेल तर लहान ट्रॅक्टर, ग्रास कटर

- बायोडायनामिक सीपीपीचे खड्डे तयार करण्यासाठी जागा

- १०० व २०० लीटरच्या प्लास्टिक टाक्या, २० लीटरची प्लास्टिक बकेट, कात्री

- बायोडायनामिक प्लँटिंग कॅलेंडर (चालू वर्षाचे) संपर्क : www.biodynamic.in / www.organichutbkk.com

- तंत्रज्ञान मार्गदर्शनासाठी पुस्तके

- पिकांच्या हिशेबासाठी रजिस्टर

शेतजमीन सशक्त करूनच पीक लागवड करा

रासायनिक शेतीकडून सेंद्रिय शेतीकडे वळणाऱ्या शेतकऱ्यांचे पिकाचे उत्पादन पहिल्या वर्षी हमखास कमी होते. कारण अयोग्य शेतीपद्धतीमुळे मुळातच जमीन अशक्त व आजारी झालेली असते. म्हणून जमिनीतील ह्यूमस, सेंद्रिय कर्ब, सूक्ष्म जिवाणू, मित्रकिडी व मित्रबुरशी, गांडुळे व अन्य जीवजंतू कमी कालावधीत प्रचंड प्रमाणात वाढवण्यासाठी ॲरोग्रीन (हिरवळीचे पीक) बियाण्यांची पेरणी करून पीक जमिनीत मिसळणे अत्यंत महत्त्वाचे आहे. किंबहुना सेंद्रिय शेतीची पहिली पायरी म्हणजे Green manuring with Arogreen आहे.

केवळ धैंचा किंवा ताग या एकच पिकाचे हिरवळीचे पीक घेतले तर काही ठरावीक गटाच्या सूक्ष्म जिवाणूंची संख्या वाढते. त्याऐवजी एकदल, द्विदल, तेलवर्गीय व औषधी पिकांच्या बियाण्यांपासून हिरवळीचे पीक घेतले तर विविध गटांचे सूक्ष्म जिवाणू जमिनीत स्थिर होऊन वाढतात. अशा जमिनीत नंतर हळद, ऊस, केळी यासारखे खादाड पीक घेतले तरी ते रासायनिक खत न वापरता चांगले येते, असा माझा अनुभव आहे.

ॲरोग्रीन बियाणे मिश्रण

पुढे दिलेले अंदाजे ३० किलो बियाणे प्रति ०.४० हेक्टर वाफसा असलेल्या जमिनीत पेरावे. निरनिराळे वाण एकत्र करताना ॲरोग्रीन बियाणे मिश्रणात किमान ६० टक्के द्विदल, ३० टक्के एकदल व १० टक्के तागवर्गीय - औषधी - तेलवर्गीय पिकांचा समावेश होईल असे नियोजन करावे.

ज्वारी किंवा बाजरी	प्रत्येकी पाच किलो
हरभरा, उडीद, मटकी, मूग, चवळी	प्रत्येकी एक किलो
तीळ	२०० ग्रॅम
मिरची	५०० ग्रॅम

मेथी	एक किलो
धने	५०० ग्रॅम
ताग / धैंचा	१० किलो
राजगिरा	१०० ग्रॅम
सूर्यफूल	५०० ग्रॅम
अंबाडी	१०० ग्रॅम
कारळे	२०० ग्रॅम

वरील मिश्रणाऐवजी पुढील मिश्रणसुद्धा सोयीप्रमाणे वापरता येईल :

एकदल बियाणे उदाहरणार्थ, गहू, ज्वारी, मका, बाजरी	प्रत्येकी एक किलो (एकूण चार किलो)
द्विदल बियाणे उदाहरणार्थ, तूर, मूग, उडीद, मटकी, चवळी	प्रत्येकी दोन किलो (एकूण ८ ते १० किलो)
तेलबिया बियाणे उदाहरणार्थ, सूर्यफूल, सोयाबीन, भुईमूग, करडी	प्रत्येकी एक किलो (एकूण चार किलो)
मसाला बियाणे उदाहरणार्थ, मेथी, शेपू, धने, राजगिरा, कारळे, मोहरी	प्रत्येकी १०० ग्रॅम (एकूण ५०० ग्रॅम)
ताग, धैंचा	प्रत्येकी पाच किलो
एकूण बियाणे	**३० ते ३५ किलो**

हलकी, मुरमाड जमीन असेल तर पुढील ॲग्रीग्रीन बियाण्यांचे मिश्रण वापरावे :

ताग, धैंचा, गवार	प्रत्येकी पाच किलो
मूग, उडीद, तूर	प्रत्येकी तीन किलो
सोयाबीन, सूर्यफूल, मोहरी	प्रत्येकी एक किलो
तीळ	२०० ग्रॅम
ज्वारी, मका	प्रत्येकी दोन किलो
दुधी, दोडका, भोपळा	प्रत्येकी एक किलो

वाफसा असलेल्या जमिनीत वरील बियाणे अंदाजे ३० ते ३५ किलो प्रति ०.४० हेक्टर पेरा. पेरणीनंतर पीक १० ते २० टक्के फुलावर आल्यावर त्यावर २५ ग्रॅम बायोडायनामिक ५०० प्रिपरेशन ४० लीटर पाण्यात मिसळून ०.४० हेक्टर क्षेत्र पिकावर फवारा. ६० दिवसांनी तव्याच्या वखराने (Disc harrow) कापा. नंतर आलेली फूटही काढून जमिनीत मिसळा.

वरील क्रियेमुळे जमिनीला ८.५ टक्के कर्ब व ०.४९ टक्के नत्र मिळतो. नैसर्गिक गांडुळे व विविध गटातील सूक्ष्म जिवाणू वाढून जमीन सशक्त बनते. त्यानंतर अशा जमिनीत पेरलेले कोणतेही पीक उत्तम येते.

■■■

डाळिंब लागवड

अ‍ॅग्रीन घेतल्यानंतर डाळिंब लागवडीपूर्वी जमिनीची खोल नांगरणी करून घ्यावी. यात कुळवाच्या दोन ते तीन पाळ्या घालून जमीन भुसभुशीत करून घ्यावी. एप्रिल किंवा मे महिन्यात डाळिंबासाठी खड्डे खोदावेत. जमिनीच्या उताराविरुद्ध शक्यतो पूर्व-पश्चिम दिशेने ४.५ मीटर × ३.० मीटर (१५ × १० फूट) अंतरावर ०.४५ × ०.४५ × ०.४५ मीटर (१.५ × १.५ × १.५ फूट) लांबी, रुंदी व खोली असलेले खड्डे, ०.६० मीटर (२ फूट) रुंद गादीवाफे खोदावेत. ते उन्हात भाजू द्यावेत. कुठल्याही फळझाडांसाठी खड्डा करून रोप लावण्याला फार महत्त्व आहे. फळझाडे बाल्यावस्थेत असताना त्यांना आधार देणारी मुळे वर्षभरात सक्षम होऊन दीड फुटांपर्यंत पोहोचतात. म्हणून डाळिंबासाठी खड्डे करूनच रोपे लावली पाहिजेत.

हलक्या व मध्यम जमिनीमध्ये खड्डा पद्धतीने लागवड केलेली फायदेशीर ठरते. अशा जमिनीत पाणी धरून ठेवण्याची क्षमता कमी असते. त्यामुळे जमिनीत आर्द्रतेमुळे झाडाच्या मुळांना ताण पडतो. अन्न व पाणी ग्रहण करणाऱ्या पांढऱ्या मुळांची वाढ खुंटून झाड ताणात राहते. परिणामी, झाडाची पुरेशी वाढ होत नाही. याउलट, अशा जमिनीत खड्डा पद्धतीने लागवड केल्यास खड्डा भरण्यासाठी वापरल्या गेलेल्या निविष्ठांच्या पोषक मिश्रणात मुळांच्या कक्षेत आवश्यक तो ओलावा टिकवून ठेवता येतो. मुळांची वाढ मुबलक प्रमाणात होते. झाड अनावश्यक ताणात जात नाही. त्यामुळे झाडाची पुरेशी वाढ होते.

हलक्या व मध्यम जमिनीत खड्ड्याच्या बुडाला काडीकचरा व पोयटामिश्रित सुपीक काळी माती

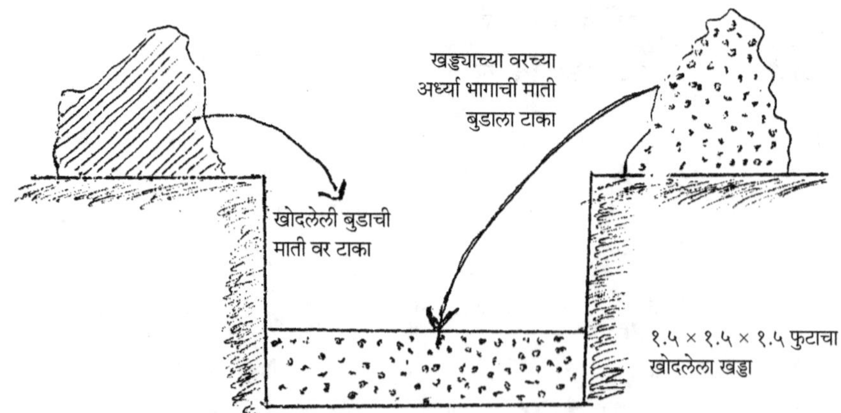

टाकावी. पाण्याचा निचरा लवकर न होणाऱ्या व जमीन वाफशावर लवकर न येणाऱ्या भारी जमिनीत खड्ड्याच्या बुडाला काडीकचरा व साधा मुरूम टाकावा. त्यामुळे पाण्याचा निचरा लवकर होण्यास मदत होईल. खड्डा खोदताना जी माती निघते, ती पुढीलप्रमाणे भरा. रोपे लावण्याआधी ठिबक सिंचन बसवावा. खताने भरलेल्या खड्ड्याला पाणी द्यावे. त्यामुळे निविष्ठांतील उष्णता निघून जाते. नाहीतर अति उष्णतेने पांढरी मुळी निर्माण होत नाही.

डाळिंबाच्या खड्ड्यात भरावयाच्या निविष्ठा (प्रति खड्डा)

बायोडायनामिक कंपोस्ट	२.५ किलो
अखाद्य पेंडीचे मिश्रण : निंबोळी + करंज + मोह + मोहरी + एरंडी	५०० ग्रॅम प्रत्येकी
व्हेसिक्युलर अरबसक्युलर मायकोरायझा (VAM)	५० ग्रॅम
ट्रायकोडर्मा व्हिरिडी	१५ ग्रॅम
सुडोमोनस फ्लुरोसेन्स	१० ग्रॅम
पेसिलोमायसिस	१५ ग्रॅम
अॅझॉस (एनपीके कन्सॉर्शियम)	२५० मिली प्रति ०.४ हेक्टर

वरील निविष्ठा प्रति खड्डा हिशेबाने पूर्ण डाळिंब प्लॉटसाठी किती लागतात हे पाहून ताडपत्रीवर एकजीव कराव्यात. नंतर ओळीनिहाय हिशेब करून खड्ड्यातील काढलेल्या वरच्या मातीमध्ये मिसळून बुडाला टाकाव्यात. त्यावर उर्वरित माती लोटून, ड्रिपचे पाणी सहा ते आठ तास चालवावे किंवा खड्डे चार दिवस आधी भिजवावेत. नंतर रोपे लावण्याची तयारी करावी.

डाळिंबाची रोपे पिशवीतून बाहेर काढताना काळजी घेणे आवश्यक असते. रोपाचा मातीचा गड्डा एकसंध बाहेर काढण्यासाठी प्लास्टिकची पिशवी दोन्ही बाजूस कापून मातीचा गड्डा हलक्या हाताने खड्ड्यात रोवावा. रोप खड्ड्यात लावल्यानंतर रोपाच्या मातीचा गड्डा व खड्ड्यातील माती यात पोकळी राहू देऊ नये. यासाठी रोपाच्या आजूबाजूची माती हाताने दाबावी. खड्ड्यातील माती व रोपाचा गड्डा यांच्यात पोकळी राहिल्यास रोपांची मुळे खड्ड्यातील मातीत सहजासहजी प्रवेश करू शकत नाहीत. त्यामुळे रोपांची वाढ खुंटते. रोपांना लगेचच पाणी द्यावे.

डाळिंबापासून २.४ मीटर (आठ फूट) अंतरावर आतल्या बाजूस डाळिंबाच्या पूर्व दिशेला शेवग्याच्या (मोरिंगा पीकेएम-२) झाडांची लागवड करावी. दोन शेवग्याच्या झाडांमध्ये दोन गिरिपुष्पाची (ग्लिरिसिडीया) झाडे लावावीत.

आतील बॉर्डर ओळीपासून १८० सेंमी (तीन फूट) अंतर सोडून बाहेरील बॉर्डर पिकांसाठी ३० सेंमी (एक-एक फूट) अंतरावर अॅकेशिया (Acacia mellifera) या काटेरी पिकाची लागवड करावी.

रोपाच्या खोडाजवळ पाणी न देता थोडे अंतर ठेवून पाणी द्यावे. कारण खोड व जमीन जिथे एकत्र येते, त्याला झाडाची कॉलर म्हणतात. अशी कॉलर पंधरा वर्षांपर्यंत निरोगी राहणे महत्त्वाचे आहे. कॉलरला सतत पाणी लागल्यास खोडकूज येते. म्हणून कॉलर सुरक्षित ठेवणे महत्त्वाचे असते. लागवडीची वेळ शक्यतो दुपारी चारनंतर असावी.

रोपे लावण्याआधी चंद्र दक्षिणायन स्थितीत (Descending Moon Period) असताना १५ लीटर पाण्यात २५ ग्रॅम बीडी ५०० टाकून मिश्रण ४० मिनिटे उलटसुलट ढवळावे. एक एकर क्षेत्रावर लिंबाच्या डहाळीने जमिनीवर फाउंडेशन छिडकाव द्यावा.

रोपांना काडीचा आधार द्यावा. रोपाच्या बुडापासून १० सेंमी दूर काडी कचऱ्याचे आच्छादन करावे. ड्रिपची नळी मल्चिंगवर ठेवावी. सुरुवातीला एक ते चार महिने वयाच्या रोपांपासून लॅटरल नळी चार इंच दूर ठेवावी. चार ते आठ महिने आठ इंच दूर, आठ ते बारा महिने २५ सेंमी (१० इंच) दूर, १२ ते १८ महिने ३० सेंमी (१२ इंच) दूर व १८ महिन्यांनंतर ४० सेंमी (१६ इंच) दूर ठेवावी. डाळिंबाच्या खोडाला पाणी लागू देऊ नये. जादा पाणी डाळिंबाला सहन होत नाही. डाळिंबाच्या मुळी-क्षेत्रात कायमच ६० टक्के ओलावा व ४० टक्के हवा खेळती हवी.

डाळिंब रोपावस्थेत असताना दोन ड्रिपर्स प्रति झाड हवेत. एक वर्षानंतर तीन ड्रिपर्स व नंतर झाड १५ ते १८ महिन्यांचे झाल्यावर किंवा त्याची उंची चार फूट व घेरही तेवढाच झाल्यावर लॅटरल नळीला चार ड्रिपर्स प्रति झाड बसवावेत.

डाळिंबाभोवती बॉर्डर पिकांची लागवड

डाळिंबाच्या बागेभोवती आतील बॉर्डर पिकांची लागवड करण्यासाठी डाळिंबापासून २.४ मीटर (आठ फूट) अंतरावर नांगराचा एक तास मारावा. या तासापासून १८० सेंमी (तीन फूट) अंतरावर बाहेरील बॉर्डर पिकाची लागवड करण्यासाठी दुसरा नांगराचा तास मारावा. डाळिंबाच्या प्लॉटच्या आतील व बाहेरील ओळीत बॉर्डर पिकांची दिशानिहाय लागवड बीडी कॅलेंडर पाहून पुढीलप्रमाणे करावी.

पूर्व दिशेला बॉर्डर पिकाची लागवड

डाळिंबापासून २.४ मीटर (आठ फूट) अंतरावर आतील बॉर्डर ओळीत २.७ मीटरवर (नऊ-नऊ फुटांवर) शेवग्याची (मोरिंगा पीकेएम-२ ची) लागवड करावी. दोन शेवग्याच्या झाडांत दोन-दोन गिरिपुष्पाची झाडे लावावीत.

आतील बॉर्डर ओळीपासून ९० सेंमी (तीन फूट) अंतर सोडून बाहेरील बॉर्डर पिकासाठी ३० सेंमी (एक-एक फूट) अंतरावर अँकेशिया या काटेरी पिकाची लागवड करावी.

पश्चिम, दक्षिण व उत्तर दिशांना बॉर्डर पिकांची लागवड

या दिशांना डाळिंबाची आतील बॉर्डर ओळ डाळिंबापासून २.४ मीटर (आठ फूट) अंतरावर सुरू झाडांची १.२ मीटर (चार-चार फूट) अंतरावर लागवड करावी.

आतील बॉर्डर ओळीपासून ९० सेंमी (तीन फूट) अंतर सोडून ३० सेंमी (एक-एक फूट) अंतरावर अँकेशिया या काटेरी पिकाची लागवड करावी.

अँकेशियाची लागवड बियांपासून, तर सुरू व शेवगा यांची लागवड रोपांपासून करण्याचा प्रयत्न करावा. बियाणे वापरताना उगवणशक्ती तपासून घ्यावी.

बॉर्डर पिकांचा फायदा

- डाळिंब झाडांचे प्रतिकूल हवामानापासून संरक्षण : दक्षिणोत्तर वाहणाऱ्या वाऱ्यापासून, वारारोधक, धुके, थंडी, वादळ, गारा इत्यादींपासून
- वन्य प्राणी : माकड, शेळी, मेंढी, नीलगायी (रोही), हरिण, रानडुक्कर व चोर यांच्यापासून संरक्षण (काटेरी अँकेशिया)
- जैवविविधता, पूरक सूक्ष्म वातावरण निर्मिती (Micro-climate), पक्षिनिवारा मिळण्यासाठी

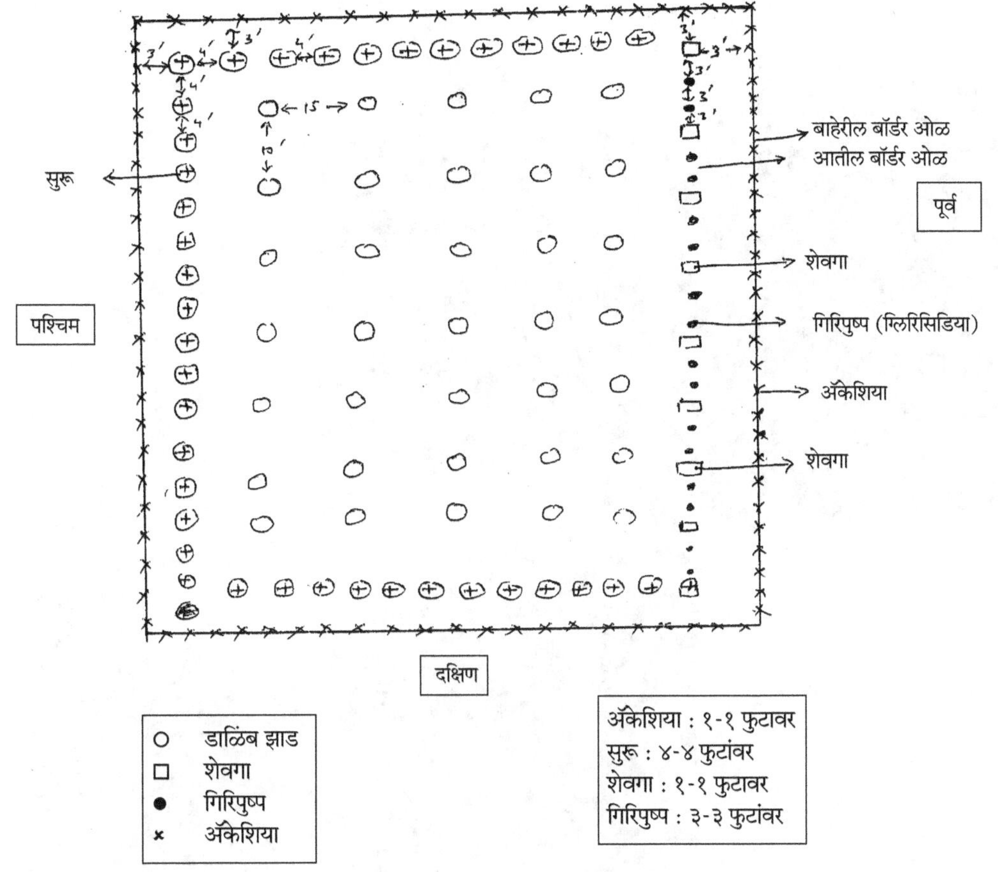

O	डाळिंब झाड
□	शेवगा
●	गिरिपुष्प
×	अँकेशिया

अँकेशिया :	१-१ फुटावर
सुरू :	४-४ फुटांवर
शेवगा :	१-१ फुटावर
गिरिपुष्प :	३-३ फुटांवर

- डाळिंब झाडांना आच्छादनासाठी मूलद्रव्ययुक्त बायोमास

- शेजारील शेतातील खते व औषधे यांचा संसर्ग टाळण्यासाठी

- सेंद्रिय प्रमाणीकरण प्रमाणपत्रासाठी विलगीकरणाची पूर्तता

- डाळिंब प्लॉटमध्ये पाण्याचा ओलावा टिकवून ठेवण्यासाठी

- निसर्गातील मित्रकिडी, गांडुळे, परोपजीवी व सूक्ष्म जिवाणू यांच्या वाढीसाठी उपयुक्त

- जमिनीतील सेंद्रिय कर्ब वाढून प्लॉटमधील डाळिंब व आंतरपीक यांची वाढ चांगली होण्यासाठी

- गिरिपुष्प झाडांची पाने, फांद्या व छाटणीनंतरचे नत्रयुक्त अवशेष डाळिंब झाडांना उपयुक्त

- सुरूच्या फांद्या डाळिंबाच्या फळधारणेच्या अवस्थेत आधार देण्यास उपयुक्त

- उंच वाढणाऱ्या सुरू झाडांमुळे ताशी ६० किलोमीटर वेगाने वाहणाऱ्या वाऱ्याचा वेग ताशी १० किलोमीटर होऊन बागेचे संरक्षण होते.

- शेवग्याच्या सत्त्वयुक्त शेंगांमुळे शेतकरी कुटुंबाला पौष्टिक आहार मिळतो.

- बॉर्डर पीक लागवडीसाठी प्रति ४० आर अंदाजे दोन किलो अँकेशिया, ४० ग्रॅम शेवगा

बियाणे, सुरूची १५० रोपे लागतील. त्याचा फायदा मात्र खूप आहे.

- पश्चिमेकडील प्रखर सूर्यप्रकाशापासून फळांना संरक्षण मिळून ती तडकत नाहीत.
- जमिनीची धूप होऊ देत नाहीत.

बॉर्डर पिकांची निगा

- लागवड करताना सर्व पिकांना २५० ग्रॅम बायोडायनामिक कंपोस्ट, १०० ग्रॅम अखाद्य पेंड यांचे मिश्रण (मोह, करंज, निंबोळी, मोहरी, एरंडी), १० ग्रॅम व्हॅम, एक मिली एनपीके कन्सॉर्शियम व प्रत्येकी एक मिली ट्रायकोडर्मा, पेसिलोमायसिस व स्युडोमोनास प्रति झाड द्यावे.
- सर्व झाडांना ठिबक नळीने पाणी पुरवावे.
- बॉर्डर पिकांच्या बुडाला काडीकचऱ्याचे आच्छादन करावे.
- डाळिंब प्लॉटच्या आतील बाजूला वळणाऱ्या ॲकेशियाच्या फांद्या तोडाव्यात. एका लाकडी फळीने झाडांना मारले तरी काटेरी फांद्या एकमेकांत गुंतून अभेद्य भिंत तयार होते.

डाळिंब झाडांची निगा व पीकपोषण

- बॉर्डर पिके लावल्यानंतर डाळिंब रोपे लावावीत.
- बॉर्डर पीक लावल्यानंतर त्याला ठिबकने नियमितपणे पाणी देऊन रोपे जगवावीत. तणविरहित ठेवून बुडाला काडीकचऱ्याचे आच्छादन करावे.
- डाळिंब रोपांची लागवड झाल्यानंतर शेत उभे-आडवे वखरून झाडाच्या बुडाचे तण नियमित काढावे. ठिबकच्या लॅटरल नव्या डाळिंब रोपापासून सुरुवातीला १५ सेंमी (सहा इंच) दूर ठेवाव्यात. ऑनलाईन ड्रिपरने झाडाच्या चारही बाजूला पाणी जाते की नाही, हे वेळोवेळी तपासावे.
- डाळिंब रोपांना काठीचा आधार देऊ नये. झाड नैसर्गिकरीत्या आधाराविना अडीच महिने तसेच वाढू द्यावे. नंतर बुडापासून निघणाऱ्या फुटव्यांपैकी / खोडांपैकी पाच ते सहा सुदृढ, मोठी खोडं गॅप राहील व झाडाचा आकार गोलाकार होईल अशी ठेवून इतर शूट्स काढावेत.
- डाळिंब झाडाच्या दोन ओळीतील ४.५ मीटर (१५ फूट) जागेत ॲग्रीग्रीन हिरवळीचे पीक ज्यामध्ये ६० टक्के द्विदल + ३० टक्के एकदल व १० टक्के औषधी तेलबिया बियाणे यांचा समावेश असेल, ते ०.४ हेक्टरला

२५ ते ३० किलो पेरून ५०-६० दिवसांनी नांगराने गाडावे किंवा कापून जागेवरच त्यांचे आच्छादन करावे. कापलेल्या बायोमासचे डाळिंब रोपाभोवती आच्छादन करावे.

- डाळिंब झाडांना दर महिन्याला मुख्य अन्नद्रव्यांची (एनपीके) शेणस्लरी द्यावी.

ताजे शेण किंवा बायोगॅस संयंत्रातील स्लरी	२० किलो
गोमूत्र (देशी गायीचे ताजे मूत्र)	१० लीटर
निंबोळी पेंड	१५ किलो
लिंबू रस किंवा सायट्रिक ॲसिड किंवा लिंबू सत्त्व	१०० ग्रॅम
नत्र-स्फुरद-पालाश कन्सॉर्शियम - ॲझॉस	२५० मिली प्रति ०.४ हेक्टर
पाणी	३०० लीटर

मिश्रण चार-पाच दिवस रोज ढवळावे. नंतर डाळिंब झाडांना एक लीटर प्रति झाड द्यावे.

- डाळिंब झाडांना दर दोन दिवसांनी पुढील जिवाणूंची स्लरी द्यावी.

देशी गायीचे ताजे शेण किंवा बायोगॅस स्लरी	२० किलो
देशी गायीचे ताजे मूत्र	१० लीटर
सेंद्रिय गूळ	दोन किलो
जिवाणू खते (ॲझोटोबॅक्टर, रायझोबियम, पीएसबी प्रत्येकी अर्धा किलो किंवा ॲझॉस) (प्रति ०.४ हेक्टर)	२५० मिली
इएम-२	एक लीटर
ट्रायकोडर्मा (प्रति ०.४ हेक्टर)	एक किलो
पेसिलोमायसिस (प्रति ०.४ हेक्टर)	एक किलो
झिंक ऑक्टिव्ह	अर्धा किलो

वरील मिश्रण चार-पाच दिवस आंबवून डाळिंब झाडांना एक लीटर प्रति झाड द्यावे.

- दर तीन महिन्यांनी डाळिंब झाडांना कडधान्यांची स्लरी द्यावी.

भरडधान्ये (मूग, उडीद, मसूर, चवळी, हरभरा, मठ यांचा भरडा (पीठ नाही) प्रत्येकी एक ते दोन किलो	१० किलो
ताजे शेण किंवा बायोगॅसची स्लरी	२० किलो
देशी गायीचे ताजे मूत्र	१० लीटर
ह्युमिक ऑसिड	दोन लीटर
गांडूळपाणी (व्हर्मीवॉश)	पाच लीटर
इएम-२	१० लीटर

वरील मिश्रण चार-पाच दिवस आंबवून डाळिंब झाडांना एक लीटर प्रति झाड द्यावे.

- दर सहा महिन्याला दुय्यम व सूक्ष्म मूलद्रव्यांची स्लरी द्यावी.

देशी गायीचे ताजे शेण / बायोगॅस स्लरी	२० किलो
देशी गायीचे ताजे मूत्र	१० लीटर
शेंगदाणा पेंड	१५ किलो
ॲमिनो ऑसिड किंवा मासोळी स्लरी किंवा गोमूत्रात भिजवलेल्या गोवऱ्यांचे द्रावण	एक लीटर
लिंबू सत्त्व (सायट्रिक ऑसिड) किंवा लिंबू रस	१०० मिली/ग्रॅम
दुय्यम मूलद्रव्ये (कॅलशिअम, मॅग्नेशिअम, सल्फर)	प्रत्येकी आठ किलो
सूक्ष्म मूलद्रव्ये (झिंक सल्फेट - चार किलो, मँगनीज - ८०० ग्रॅम, फेरस सल्फेट - १.६ किलो, कॉपर सल्फेट - १० ग्रॅम, बोरॉन - दीड किलो)	१६ किलो

वरील मिश्रण चार-पाच दिवस आंबवून प्रति झाड एक लीटर द्यावे.

- बायोडायनामिक कंपोस्ट दर तीन महिन्याला प्रति झाड तीन किलो द्यावे.
- सीपीपीची फवारणी दर महिन्याला पहिल्या वर्षी एक किलो प्रति ४० लीटर व दुसऱ्या वर्षी दोन किलो प्रति ४० लीटर प्रति ०.४ हेक्टर फवारावे.
- झाडांना वर्षातून दोन वेळा बीडी वृक्षलेप (Tree paste) लावावा. ▪▪▪▪

आच्छादन

रासायनिक शेती पद्धती सोडून सेंद्रिय व बायोडायनामिक शेती पद्धती सुरू केल्यानंतर पिकाचे उत्पादन पूर्वीइतकेच मिळवायचे असेल तर शेतकऱ्यांनी दोन प्रमुख बाबींवर भर दिला पाहिजे :

१. ॲरोग्रीन हिरवळीच्या खताचे (Multicrop Green Manuring) पीक किंवा एकपीक हिरवळीच्या खताचे (Monocrop Green Manuring) पीक घेऊन नंतरच मुख्य पिकाची पेरणी करावी. पाण्याच्या उपलब्धतेनुसार वेळोवेळी पिकाच्या दोन ओळीत हिरवळीच्या खताचे पीक घ्यावे.

२. शेतात नेहमी जैविक आच्छादन करत राहावे. यामुळे जमिनीतील सेंद्रिय कर्बाचे प्रमाण किमान एक टक्का होऊन जमीन सजीव व सशक्त बनते.

डाळिंबाची लागवड ॲरोग्रीन पीक घेतल्यानंतरच करावी. त्यानंतर पहिल्या वर्षी डाळिंबाच्या दोन ओळीत, पाण्याच्या उपलब्धतेनुसार हिरवळीचे पीक घ्यावे. त्याचे अवशेष डाळिंबाच्या बुडाशी चार इंच अंतर ठेवून पसरून आच्छादन करावे. भूमातेला सेंद्रिय पदार्थांचे वस्त्र अत्यावश्यक आहे. त्यालाच आच्छादन किंवा मल्चिंग म्हणतात. पिके केवळ जमिनीतील सेंद्रिय कर्ब व सूक्ष्म जिवाणूंच्या अस्तित्वामुळेच वाढतात. त्यांना सतत जैविक खाद्य मिळाले तरच ते वाढत जातील. पिकांना आवश्यक असणारी सर्व मूलद्रव्ये थेअरी ऑफ ट्रान्सम्यूटेशनच्या सिद्धान्तानुसार उपलब्ध केली जातात.

पिकाच्या अवशेषांच्या पुनर्वापर (Recycling) पद्धतीमुळेच चीनमधील सेंद्रिय शेती यशस्वी झाली आहे. म्हणून म्हणतात की, Dirty farming is best farming and clean farming is worst farming. शेतात उपलब्ध असणारा सर्व काडीकचरा, पालापाचोळा, निंदलेले गवत, धसकटे, वाळलेली पाने, केळीचे कंदाडे, छाटलेली उसाची पाचट, बॉर्डर पिकांच्या बुडाला पडलेले बायोमास, गिरिपुष्पच्या फांद्या इत्यादींचे आच्छादन पिकाच्या दोन ओळीत, झाडाच्या बुडाला करावे. शेतातील कचरा कधीही जाळू नये. वनखात्यात 'कुऱ्हाडबंदी' करून झाडे जोपासली, वाढवली जातात. तसेच सेंद्रिय शेतकऱ्यांनी 'काडीपेटी वापर बंदी' पाळून कचरा न जाळता आच्छादनासाठी वापरावा. हे सर्व विविध गटांच्या अब्जावधी सूक्ष्म जिवाणूंचे खाद्य आहे, हे लक्षात घ्या.

सेंद्रिय पदार्थांचे तीन प्रमुख गट

१. कर्ब-नत्राचे गुणोत्तर जास्त (१५०:१) असणारे पदार्थ : उदाहरणार्थ, उसाची पाचट, गव्हांडा, कापसाच्या पऱ्हाटीचे तुकडे, बगॅस इत्यादी

२. **कर्ब-नत्राचे गुणोत्तर मध्यम (५०:१) असणारे पदार्थ :** उदाहरणार्थ, हिरवा पाचोळा, निंदलेले ताजे गवत, हिरवळीच्या पिकाचे अवशेष इत्यादी

३. **कर्ब-नत्राचे गुणोत्तर कमी (२५:१) असणारे पदार्थ :** उदाहरणार्थ, शेण, मलमूत्र, गोमूत्र इत्यादी

वरील तिन्ही गटांचे सेंद्रिय पदार्थ शेतात आच्छादनासाठी वापरले तर सर्वच गटांचे सूक्ष्म जिवाणू (अल्पजीवी, दीर्घजीवी), गांडुळे (नैसर्गिक) जमिनीत दीर्घ काळपर्यंत वाढत जाऊन जमिनीची उत्पादकता वाढवतात.

हिरवळीचे पीक घेताना प्रति ०.४ हेक्टर २५ किलो बियाण्याला पेरणीआधी दोन तास सीपीपी द्रावणाने बीजसंस्कार करून मग पेरावे. बायोडायनामिक कॅलेंडर पाहून पेरणीची तारीख निश्चित करावी.

आच्छादनांचे प्रकार

१. सेंद्रिय आच्छादन (Organic Mulch)
२. असेंद्रिय आच्छादन (Inorganic Mulch)
३. जैविक आच्छादन (Living Mulch)
४. प्लास्टिक आच्छादन (Plastic Mulch)
५. कापड उद्योगातील पदार्थांचे आच्छादन (Geotextile Mulch) बारदानी पोते

जमिनीवर नेहमी मृत (वर्तमानपत्र, पोते) व जिवंत वनस्पतींचे (आंतरपिके) आच्छादन असावे.

महत्त्वाचे

- मृदशास्त्रज्ञ डॉ. स्टीव्हन्सन व श्री. प्रतापराव चिपळूणकर यांच्या मते सेंद्रिय पदार्थ खड्ड्यात न कुजवता शेतातच पसरून कुजवावेत.
- आपण नेहमी अस्थिर सेंद्रिय पदार्थ शेतात टाकतो, ते एका हंगामापुरतेच काम देतात. नंतर जिवाणूंना अन्न मिळत नाही.
- स्थिर सेंद्रिय पदार्थ म्हणजे ह्यूमस. ते सावकाश कुजून सेंद्रिय कर्ब हळूहळू; पण दीर्घ काळ उपलब्ध करून देतात.
- एखादा सेंद्रिय पदार्थ कुजण्यासाठी सहा महिने लागत असतील तर तो पुढे तिप्पट म्हणजे दीड वर्षापर्यंत पीकपोषण मूलद्रव्ये पुरवतो.
- शेणखतातील ह्यूमस पहिल्या सहा महिन्यांत अर्धा, नंतर पाव व शेवटच्या सहा महिन्यांत पाव असा संपत जातो.
- लिग्नोप्रोटीन तयार होण्यासाठी जितका अधिक काळ तितका जास्त काळ तो क्रियाशील राहतो.
- एक एकर केळीपासून २५ टन बायोमास (पाने व खुंट) मिळतो. एक एकर उसापासून आठ टन पाचट मिळते, तर एक एकर कोरडवाहू पिकापासून सरासरी पाच टन बायोमास (सेंद्रिय पदार्थ) मिळतो.
- हिरवळीचे पीक पेरणीनंतर ५० ते ६० दिवसांनी कापून जागेवरच वाळू द्यावे किंवा जमिनीत गाडावे.
- हिरवळीचे पीक सुरुवातीला तीन-चतुर्थांश कापून, १५ दिवसांनी दुसरी कापणीही करता येते. त्यामुळे बायोमास अधिक मिळते.
- डाळिंबाच्या खोडापासून १० सेंमी (चार इंच) दूर, सहा ते नऊ सेंमी जाडीचे जैविक आच्छादन करावे. त्यावर सीपीपी द्रावण चार किलो प्रति ०.४ हेक्टर शिंपडावे. ठिबकची नळी आच्छादनावर ठेवावी.
- आच्छादनासाठी वापरलेले पदार्थ उदाहरणार्थ, गव्हांडा इत्यादी हलके असून ते वाऱ्याने उडून जाण्याची शक्यता असल्यास त्यावर जाड सेंद्रिय पदार्थ किंवा मातीची ढेकळे वजनासाठी वापरावीत.

- डाळिंबाच्या बुडाला गोलाकार चवळी, धैंचा, मेथी यासारखे बियाणे पेरून त्याचा आच्छादनासारखा वापर करता येईल.
- डाळिंबाच्या झाडाजवळच्या मातीचे तापमान वातावरणातील तापमानापेक्षा जास्त असते. विशेषतः सेंद्रिय खताने भरलेल्या खड्ड्यातील उष्णतेने वाफ वरील नवीन फुटीवर लागते. त्याने कोवळा शेंडा भाजतो. आच्छादन केल्यावर वाफ वर जात नाही आणि इजाही होत नाही.

आच्छादनाचे फायदे

- सूर्यपासून निघणाऱ्या अतिनील किरणांमुळे जमिनीतील एकपेशीय जिवाणू किंवा बॅक्टेरिया मरतात. पिकात सेंद्रिय आच्छादन केले तर सूर्यकिरणांपासून जिवाणूंचे संरक्षण होते. ते मरत तर नाहीच; उलट झपाट्याने वाढतात.
- आच्छादनासाठी वापरलेल्या सेंद्रिय पदार्थांचे विघटन होऊन त्यांचा सेंद्रिय खत म्हणून उपयोग होतो. त्यामुळे गांडुळांना व जिवाणूंना खाद्य मिळून ते वेगाने वाढतात.
- तणांना मर्यादित सूर्यप्रकाश मिळाल्याने ते प्रमाणाबाहेर उगवत नाही. उगवले तरी वारेमाप वाढत नाही.
- जमिनीत आवश्यक असणाऱ्या सेंद्रिय कर्बाचे प्रमाण वाढण्यास मदत होते.
- जमिनीत ओलावा जास्त काळ टिकून राहतो. पाण्याचे बाष्पीभवन होत नाही. त्यामुळे पाण्याची बचत होते.
- जमिनीचे तापमान, आर्द्रता व झाडाभोवती मायक्रोक्लायमेट झाडाच्या वाढीसाठी पोषक बनते.
- आच्छादनामुळे डाळिंबाच्या फुलातील परागकणांची सक्षमता (Pollen Viability) वाढते. त्यामुळे फळांचे उत्पादन २५ टक्क्यांनी वाढते.
- रबर किंवा प्लास्टिक आच्छादनामुळे हीट रेडिएशन जास्त होऊन परागकणांची सक्षमता घटून फळधारणा जास्त होत नाही. त्यामुळे ते वापरू नये.
- जमिनीतील क्षार पृष्ठभागावर येण्याचे प्रमाण थांबते. त्यामुळे जमीन क्षारयुक्त होत नाही.
- हवेतील बाष्प शोषून घेण्याची जमिनीची क्षमता वाढल्याने पिकांना पाणी कमी लागते.
- हवे असणारे तापमान, सापेक्ष आर्द्रता व भरपूर खाद्य (सेंद्रिय पदार्थ) व त्यावरील सीपीपी फवारणीमुळे सूक्ष्म जिवाणूंची संख्या झपाट्याने वाढते.
- थंडीच्या दिवसांमध्ये जमिनीचे तापमान योग्य राहिल्याने अन्नद्रव्यांची उचल होण्यास मदत होते.
- गांडुळांची संख्या मोठ्या प्रमाणात होऊन जमिनीची उत्पादकता वाढते.
- पिकाच्या मुळाजवळील माती भुसभुशीत होऊन हवा खेळती राहते. त्यामुळे मुळ्या खोलवर जातात.
- तणांचे प्रमाण कमी झाल्याने डाळिंबाचा लागवड खर्च कमी होतो.

■■■

डाळिंबातील आंतरपिके

डाळिंब लागवडीनंतर पहिल्या वर्षी ऑग्रीन किंवा धैंचा वा ताग याचे हिरवळीचे पीक दोन ओळीत घ्यावे. दुसऱ्या वर्षापासून त्यात आंतरपिके घ्यावीत. या आंतरपिकांशिवाय डाळिंब शेतात किमान मका (५०), एरंडी (२०), सूर्यफूल (२०), झेंडू (५०), तुळस (१०) झाडे असावीत. त्यामुळे जैवविविधता तयार होते, मधमाश्या आकर्षित होतात, शत्रुकिडींसाठी सापळा मिळतो, किडी दूर पळतात, मित्रकिडी वाढतात, नत्रासारखे मूलद्रव्य डाळिंबाला मिळते.

हंगामनिहाय आंतरपिके

खरीप हंगाम

सोयाबीन, तूर, चवळी, मूग, उडीद, तीळ, गवार, ज्वारी (एसएफ - ६), कांदा, आले, मका, स्वीट कॉर्न, बेबी कॉर्न, गोड ज्वारी (हुरडा), खरीप भुईमूग, लाल अंबाडी (गोंगुरा), लसूण, झेंडू, मेथी, काकडी, वाल, ऑस्टर, धैंचा / ताग

रब्बी हंगाम

अर्ध रब्बी तूर, गहू, हरभरा (चना), काकडी, आले, मेथी, धने (कोथिंबीर), लसूण, बटाटे, मुळा, स्वीट कॉर्न, बेबी कॉर्न, रब्बी भुईमूग, तीळ, मोहरी, राजमा, वाटाणा, पालक, रताळी, शुगरबीट, शेपू, ज्वारी (रब्बी), जवस, उडीद (रब्बी), राजगिरा, खरबूज, कांदा, झेंडू, ऑस्टर (फुलं), कार्नेशन (फुलं), ग्लॅडिओलस (फुलं), ज्वारी (रब्बी)

उन्हाळी हंगाम

उन्हाळी भुईमूग, टरबूज, खरबूज, गवार, सोयाबीन (बियाण्यासाठी), उन्हाळी तीळ, चवळी, कोथिंबीर (धने), कांदा (पातीचा), घेवडा, माठ, मेथी, उन्हाळी ज्वारी, झेंडू, काकडी, निशिगंध (फुलं), शेवंती (फुलं), हळद

- डाळिंब झाडापासून दोन फूट दूर व दोन ओळींमध्ये आंतरपीक पेरावे.
- बियाण्याची उगवणशक्ती तपासून, त्यावर सीपीपी द्रावणाचे बीज संस्कार करून जमिनीत योग्य ओलावा असताना पेरावे.
- पेरणीची तारिख बायोडायनामिक कॅलेंडरनुसार निश्चित करावी.
- डाळिंब झाडावर सावली करणारी, डाळिंबावर कीड-रोगांचा प्रादुर्भाव वाढवणारी आंतरपिके घेऊ नयेत. उदाहरणार्थ, भेंडी, वांगे, कापूस, मिरची, कारली, दोडके (मांडवाचे), टोमॅटो, पपई
- आंतरपिकांना बीडी कंपोस्ट, सीपीपी, पंचगव्य वापरून वाढवावे.

आंतरपिकांचे फायदे

- डाळिंबाच्या उत्पन्नाआधी अतिरिक्त आर्थिक लाभ होतो.
- बागेत सेंद्रिय कर्बाचे प्रमाण वाढते.
- डाळिंबाला आच्छादन करण्यासाठी भरपूर बायोमास मिळतो.
- आंतरपिकांमुळे डाळिंबासाठी मूलद्रव्ये, कीड-रोग व्यवस्थापनास मदत होते.
- बागेत जैवविविधता वाढते, मधमाश्या येतात, मित्रकिडी वाढतात.
- बागेतील आच्छादनामुळे तणांचा प्रादुर्भाव कमी होऊन खर्च वाचतो.
- जमिनीत मूलस्थानी मृद व जलसंवर्धन (In-situ Soil and Water Conservation) होण्यात मदत होते.
- जमिनीचे भौतिक, रासायनिक, जैविक गुणधर्म सुधारल्याने उत्पादकता वाढते.
- योग्य पोषकद्रव्यांची जमीन समृद्ध झाल्याने डाळिंबाचे आयुष्य वाढते.
- प्रतिकूल नैसर्गिक हवामान व परिस्थितीमध्ये उत्पन्नाचा आधार मिळून होणारे नुकसान सुसह्य होते.
- शेतकरी कुटुंबाला चौरस सेंद्रिय, सत्त्वयुक्त आहार मिळून स्वास्थ्य सुधारते.

तणांचे व्यवस्थापन

सर्व तणे ही मुख्य पिकाशी सूर्यप्रकाश, अन्नद्रव्ये व पाणी यासाठी स्पर्धा करतात. त्यामुळे पिकाचे उत्पन्न कमी होते, असे सांगितले जाते, हे अर्धसत्य आहे. मुख्य पिकाची मुळे, उंची तसेच तणांची मुळी व उंची, तणांचा प्रादुर्भाव पीकवाढीच्या कोणत्या अवस्थेत होतो यावर नुकसान व स्पर्धा होणे न होणे अवलंबून आहे.

सेंद्रिय तणव्यवस्थापन पद्धतीमध्ये विविध उपाययोजना करून तणांचे समूळ उच्चाटन न करता त्याने आर्थिक नुकसानीची पातळी ओलांडू नये याची खबरदारी घेऊन एकात्मिक तण व्यवस्थापन केले जाते. त्यामध्ये पिकांचा फेरपालट, आच्छादन पिके, आच्छादन, सौरऊर्जेच्या उष्णतेचा वापर इत्यादींचा समावेश आहे.

तणांचे व्यवस्थापन करण्याआधी तणांचे प्रकार, त्यांचे फायदे-तोटे, तणनाशकांमुळे होणारे नुकसान हे समजून घेणे आवश्यक आहे.

तणांचे प्रकार

कोणत्याही शेतात प्रामुख्याने दोन प्रकारची तणे आढळतात :

१. **एकदलीय तणे :** उदाहरणार्थ, शिप्पी, लीना, केना, भरड, नारिंगा, धोंडकात्रा, पंधाड, हराळी, लव्हाळा (नागरमोथा), कुंदा, विंचू, चिमण, पारड इत्यादी

२. **द्विदलीय तणे :** उदाहरणार्थ, दीपमाळ, दुधी, माठ, काटेमाठ, कुंजरू, हजरदाणी, तांदूळजा, रानताग, पेटारी, मका, उंदिरकाणी, शेवरा, चिकटा, रानएरंडी, गाजरगवत, बरबडा, कुरडू, टाळप, पायर, चांदवेल, चंदनबटवा इत्यादी

वरील दोन्ही गटातील तण वर्षभर, विविध हंगामात जमिनीच्या प्रतीनुसार व पाण्याच्या उपलब्धतेनुसार शेतात दिसतात. कृषी विद्यापीठाने तणाची चुकीची व्याख्या केली आहे. ते म्हणतात, तण म्हणजे 'अनवॉटेड प्लँट्स इन क्रॉप'. त्यांच्या नायनाटासाठी विषारी तणनाशके वापरण्याची शिफारस करतात. तणनाशके जमीन, पर्यावरण व मानवी आरोग्य बिघडवतात. त्यामुळे 'तण खाई धन' ही व्याख्या आता बदलून 'तण देई धन' हे समजून घेतले पाहिजे.

तणांचे महत्त्व

- तण ही जमिनीची सख्खी मुले आहेत; तर आपली पिके सावत्र (डॉ. भास्कर सावे).

- तण स्वतःला लागणारी सर्व मूलद्रव्ये मुख्यतः हवेतून व ओलाव्यातून शोषून घेतात. त्यांच्या वजनाच्या फक्त पाच टक्के अन्नद्रव्ये ती जमिनीतून घेतात.

- बहुतांश तणे उथळ मुळ्यांची व अल्पायुषी आहेत. ते उंच व खोल मुळ्यांच्या पिकांना (उदाहरणार्थ, फळझाडे, कापूस) मूलद्रव्यांसाठी स्पर्धा करत नाहीत.

- 'तण देई धन' हे सेंद्रिय शेतकऱ्यांनी समजून घेतले पाहिजे. कारण तणे ही पिकांना मूलद्रव्ये पुरवतात. मातीचे संरक्षण करतात. ओलावा टिकवतात. ते ग्रोथ इनहिबीटर्स आहेत. जमिनीत हवा खेळती ठेवतात. तणे वाळल्यानंतर जिवाणू व गांडूळ यांचे खाद्य म्हणून उपयुक्त ठरतात. ते रिप्रॉडक्टिव्ह इनहिबीटर्सही आहेत. याला अपवाद हराळी, नागरमोथा (लव्हाळा)सारखी मोजकी तणे.

- तण म्हणजे निसर्गाचे नियोजन असते. निसर्ग जमिनीला गरज असलेल्या विशिष्ट मूलद्रव्यांची कमतरता भरून काढण्यासाठी विशिष्ट तणांची जास्त उत्पत्ती करतो. उदाहरणार्थ, सेंद्रिय कर्ब जमिनीत कमी झाले की हराळी, लव्हाळा वाढतो.

- गाजर गवताचा किंवा काँग्रेस गवताचा उपयोग शेतीमध्ये गांडूळ खाद्य, आच्छादन, तसेच जळण, इंधन, कागद, प्रोड्युसर गॅस व औषध निर्मितीसाठी होतो.

- गाजर गवत वा काँग्रेस गवत किंवा Parthenium hysterophorus या उपद्रवी समजणाऱ्या तणात शेळीच्या विष्ठेत असलेली सर्व जीवनसत्त्वे व कस आहे.

- रासायनिक खते वापरणे बंद केले असता ४० ते ७० टक्के तणांचा प्रादुर्भाव कमी झाल्याचा अनेक शेतकऱ्यांचा अनुभव आहे.

- तणांचा आच्छादनासाठी वापर केल्यास ती हवेतील आर्द्रता शोषून पिकांना पुरवतात, त्यामुळे पाण्याचे बाष्पीभवन ४० टक्क्याने कमी होते. रात्री ३० टक्के आर्द्रता शोषते व एकूण २० टक्के पाण्याची बचत होते.

तणनाशकांचे तोटे

- भारतात सध्या तणनाशके तयार करणाऱ्या सुमारे ३५ कंपन्या असून वेगवेगळ्या व्यापारी नावाने तणनाशके बाजारात विकली जातात. उदाहरणार्थ, अट्राटाफ, लास्सो, राउंड-अप, ब्युटासान, आयसोगार्ड, स्टॅम्प, गोल, टेपलॉन, ग्रामोक्झोन, कॅन्सर, परसूट, लीडर इत्यादी.

- तणनाशकांच्या वापराने पिकातील तणे मरतात; पण त्यांच्याबरोबर गांडुळांसह इतर

तण व्यवस्थापन यंत्र

* सूक्ष्मजीवदेखील मरतात. त्यामुळे जमिनीची उत्पादकता कमी होते.
* अनेक तणांमध्ये आता प्रतिकारशक्ती निर्माण झाल्याने ती तणनाशकांना दाद देत नाहीत. सुरुवातीला तण तात्पुरते वाळते, करपते; नंतर मात्र पूर्वीप्रमाणेच वाढते. त्यामुळे शेतकऱ्यांचा औषधांचा व मजुरी खर्च वाढतो.
* तणनाशकांचा मानवी आरोग्य व पर्यावरण यावर गंभीर परिणाम होतो. ॲलर्जी, ऑटीझम, जन्मजात विकृती, नपुंसकत्व, यकृतावर परिणाम, कर्करोगाशी संबंधित असणे इत्यादी बातम्या जगभरातून कानी पडत आहेत.
* मोन्साटो कंपनीचे ग्लायफोसेटयुक्त राउंड-अप तणनाशक शेतकरी वापरतात. हे तणनाशक मानवी शरीरातील हार्मोन्स (Endocrine disruption) निर्मितीच्या व्यवस्थेत मोडतोड करते. हा परिणाम अवशेष मर्यादेपेक्षा ८०० पट कमी मात्रा असताना आढळला.
* तणनाशकातील ग्लायफोसेट आणि अन्य घटक गर्भाच्या नाळेतील पेशींवर परिणाम करतात.
* बेडूक, खेकडे, कासव यासारख्या उभयचर प्राण्यांना ग्लायफोसेट आणि राउंड-अप विषारी व प्राणघातक ठरते. शेतीसाठी शिफारस केलेल्या मात्रेतील तणनाशकाने बेडकासारख्या प्राण्यांची संख्या ७० टक्क्यांपर्यंत खाली आली आहे. कमी तीव्रतेची रसायने वापरून केलेल्या प्रयोगातसुद्धा चार टक्के मृत्यू झाले आहेत.
* ग्लायफोसेट तणनाशक व ग्लायफोसेट विघटनानंतर निर्माण होणाऱ्या AMPA (Aminomethyl Phosphonic Acid) रसायनामुळे Sea Urchin या समुद्री जीवाच्या भ्रूणामधील पेशीचक्र उलटले.
* अशा प्रकारच्या तोडफोडीने जनुकांचे अस्थैर्य (Genetic Instability) आणि कॅन्सरचा विकार संभवतो. AMPAमुळे पेशीतील डीनएचे नुकसान होते. वरील संशोधनातून ग्लायफोसेट आणि राउंड-अप मानवी पेशींसाठी घातक विष आहे, असा निष्कर्ष निघतो.
* ग्लायफोसेट हे तणनाशक कर्करोगास कारणीभूत ठरण्याच्या चिंतेने फ्रान्स सरकारने त्यावर २०२२पर्यंत बंदी घालण्याचा निर्णय घेतला आहे.
* भारताच्या शेजारील श्रीलंकेसह सात देशांत नेदरलँड, माल्टा, अर्जेंटिना व इतर देशांनी ग्लायफोसेटवर बंदी घातली आहे.
* उत्तर श्रीलंकेत तीव्र मूत्रपिंड आजाराने हजारो नागरिकांच्या मृत्यूसाठी ग्लायफोसेट हे रसायन कारणीभूत असल्याचे सांगत श्रीलंकन सरकारने यावर बंदी घातली आहे.
* या रसायनामुळे कर्करोग होण्याची शक्यता असल्याची घोषणा जागतिक आरोग्य संघटनेनेही केली आहे.
* ग्लायफोसेटचा संबंध पुढील आजारांशी जुळतो : गंभीर स्वरूपाच्या आरोग्य समस्या ज्यात अवेळी जन्म आणि गर्भपात, हाडांचा कॅन्सर (Multiple Myeloma, Hodgkin Lyphoma), अन्य प्रकारचे कॅन्सर डीएनएला नुकसान. अशा प्रकारच्या Epidemiological अभ्यासातून ग्लायफोसेट रोगाचे कारण असल्याचे सिद्ध होत नसले तरी विषवैज्ञानिक (Toxicological) अभ्यासातून ग्लायफोसेट आरोग्यासाठी धोका निर्माण करत असल्याची खात्री पटते.
* ग्लायफोसेटचे विघटन पर्यावरणात वेगाने होऊन त्याचा कोणताही घातक परिणाम होत

नाही, असा प्रचार करून ते विकले जात आहे; पण ते खरे नाही. जमिनीत ग्लायफोसेटचे अर्धे आयुष्य (जैविक कार्य निम्म्यावर घटण्याचा कालावधी) ३ ते २१५ दिवसांचे असते. पाण्यात ग्लायफोसेटचे अर्धे आयुष्य ३५ ते ६३ दिवस टिकते. ग्लायफोसेटमुळे पक्ष्यांची संख्या घटते.

संदर्भ

१. http://www.gmo-free-regions.org/ kconference2010/press.html

२. www.monsantovideorevolt.com

तणांचे व्यवस्थापन

- तणाच्या बियांचा प्रसार अर्धवट कुजलेले शेणखत शेतात टाकण्याने होतो. खड्ड्यातील पृष्ठभागाच्या ३० सेंमी थरातील शेणखत अर्धवट कुजलेले असते. त्यात विविध तणांचे जिवंत बियाणे असते. तो थर बाजूला काढून खड्ड्यातील काळपट रंगाचे पूर्ण कुजलेले शेणखत वापरले तर शेतात तण कमी निघते.

- शक्य असल्यास खड्ड्यातील तीन-चतुर्थांश शेणखत काढून जमिनीवर पसरून त्यावर पाणी शिंपा. ओलाव्याने तणाचे बियाणे उजवून येईल. ती रोपे काढल्यानंतर शेणखत शेतात टाका. त्यामुळे ७५ टक्के तण कमी येते.

- डाळिंबासह कोणत्याही पिकाच्या लहान अवस्थेत, बुडाच्या २० ते ३० सेंमीभोवती तण नसावे. पूर्ण प्लॉटमधील तण काढणे मजुरांअभावी व पैशाअभावी शक्य होत नसेल किंवा सारखा पाऊस पडत असेल, वाफसा येतच नसेल तर, बुडाभोवतीची जागा तणमुक्त ठेवावी.

- शेतातील झाडाच्या बुडाचे किंवा ओळीतील तण काढल्यावर ते शेताबाहेर न टाकता, झाडांच्या बुडाला आच्छादनासाठी वापरावे.

- हराळीचा प्रादुर्भाव शेतात वाढत जात असतो. कारण ते अंडरग्राउंड क्रीपिंग वीड आहे. एकदा नांगरून त्याच्या काड्या गोळा करून जाळाव्यात. कारण त्या ओल्या असतील तर पुन्हा चिकटतात. नंतर त्या ठिकाणी राजगिरा पेरावा. दोन महिन्यांनी कापून त्याच ठिकाणी त्याचे आच्छादन करावे. हराळीच्या जागी जमीन कधीच उघडी पडू देऊ नये. तिथे नेहमी काडीकचरा, गव्हाचा गव्हांडा यांचे आच्छादन असावे; त्यामुळे उष्णता व सूर्यप्रकाशाअभावी हराळी तणाचे प्रभावी व्यवस्थापन होते.

- कुंदा, हराळी, लव्हाळा, नागरमोथा शेतात भरपूर असल्यास तिथे गव्हाचे पीक (मुख्य किंवा आंतरपीक) घेऊन गव्हांडा तिथेच पसरावा.

- वरील प्रकारच्या शेतात दाट बरू / ताग पेरावा. नंतर तिथे खोल मुळ्यांचे तूर, राजगिरा, तीळ यांसारखे आंतरपीक घ्यावे.

- डाळिंबात तणाच्या व्यवस्थापनासाठी पॉवर वीडर, ग्रासकटर, ब्रशकटर वापरावे. शेतात झाडाजवळ, ओळीत, वरंब्यावरील सर्व तणांचा भुगा / तुकडे होऊन ते तिथेच पडते. परिणामी, जमिनीचे सेंद्रिय कर्ब वाढून आपोआप आच्छादन होते. एक मजूर एका दिवसांत तीन एकर क्षेत्रातील तण काढू शकतो.

- एक चाकी सायकल-कोळपे, दोन चाकी हातकोळपे, बैलचलित अवजारे वापरा.

- शेतात मेथी, धने, चवळी (पसरी जात) किंवा हरभरा यासारखी संपूर्ण जमीन आच्छादित करणारी आंतरपिके घेतली तर तणांचा प्रादुर्भाव कमी होतो. त्या शेतातील उंच वाढलेले गवत तेवढे कापून झाडांच्या बुडाला टाकावे.

■■■

डाळिंब झाडाचे वळण व छाटणी

- डाळिंबाच्या झाडापासून मोठ्या प्रमाणात फळे हवी असल्यास रोप लावल्यापासून सुरुवातीचे सहा महिने त्यांना योग्य वळण (Training) दिले पाहिजे. त्यानंतर त्याची योग्य छाटणी (Pruning) करून झाडांना सुयोग्य आकार मिळेल व जास्त फळधारणा होईल यासाठी कृती करावी लागते.

- रोप लागवडीपासून दीड महिन्यांपर्यंत प्रत्येक फांदी नऊ ते दहा इंच लांब ठेवून त्याचा शेंडा तोडावा.

- दुसरी छाटणी रोपाच्या लागवडीपासून तीन महिन्यांनी करावी. जमिनीपासून नऊ ते दहा इंचांपर्यंत कुठलीही बाजूची फांदी ठेवू नये. प्रत्येक झाडाला तीन ते चार मुख्य खोडे ठेवून बाकीची कापून टाकावीत. झाडाला आकार देण्यासाठी प्रत्येक फांदीचा शेंडा तीन ते चार इंचांनी कमी करावा; जेणेकरून फांद्यांची जाडी वाढून झाडाला छत्रीसारखा आकार येईल. आतील वेड्यावाकड्या फांद्या कापाव्यात. प्रत्येक खोडावरील एका फांदीतून दोनच शूट येऊ द्यावेत; जेणेकरून झाडाला आकार मिळून फांद्या सशक्त होतील.

- तिसरी छाटणी लागवडीपासून सहा महिन्यांनी करावी. या छाटणीमध्ये प्रत्येक फांदी १२ ते १५ इंच लांब ठेवून कापणी करावी. जमिनीपासून

- एक फुटापर्यंत खोडावर कुठेही फांदी ठेवू नये. पाणसोट (वॉटर शूट) नियमितपणे काढावे. अशा प्रकारे झाडाला तीन ते चार मुख्य खोड व दहा मुख्य फांद्या तयार होतील.

- त्यानंतर पुन्हा दहाव्या व चौदाव्या महिन्यांत छाटणी करावी. छाटणी करताना झाडाच्या मध्यभागामध्ये भरपूर सूर्यप्रकाश शिरेल अशीसुद्धा छाटणी झाडांना 'Y' आकार देऊन करता येते.

- झाडाची उंची अडीच मीटरपेक्षा जास्त होणार नाही, याची काळजी घ्यावी. वाढीच्या अवस्थेमध्ये जमिनीचा प्रकार, लागवडीचे अंतर यावरसुद्धा झाडाची छाटणी अवलंबून आहे.

- बाग कीड-रोगमुक्त ठेवण्यासाठी फांद्यांवरील दाटी कमी करण्यासाठी अतिरिक्त, वेड्यावाकड्या फांद्या, पाणसोट नियमित काढणे गरजेचे आहे.

- झाडाची उंची मर्यादित ठेवून आडवी वाढ कशी होईल, ते पाहिले पाहिजे. झाडाच्या जमिनीकडे वळलेल्या फांद्या काढल्या पाहिजेत.

- झाडाच्या चार मुख्य फांद्या उभ्या हाताच्या तीन बोटांप्रमाणे दिसल्या पाहिजेत.

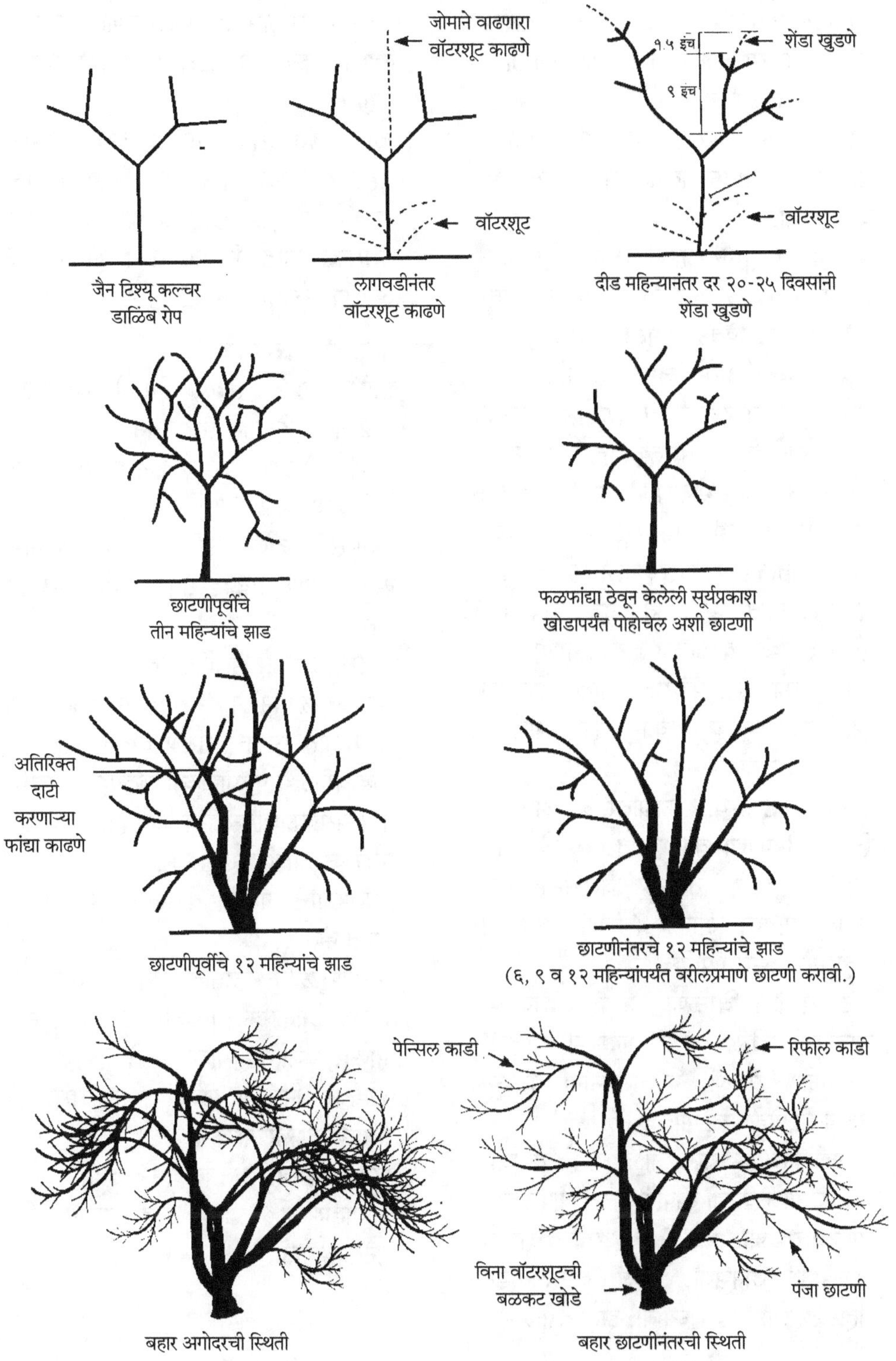

जोमाने वाढणारा वॉटरशूट काढणे
वॉटरशूट
जैन टिश्यू कल्चर डाळिंब रोप
लागवडीनंतर वॉटरशूट काढणे
दीड महिन्यानंतर दर २०-२५ दिवसांनी शेंडा खुडणे
१.५ इंच
९ इंच
शेंडा खुडणे
वॉटरशूट
छाटणीपूर्वीचे तीन महिन्यांचे झाड
फळफांद्या ठेवून केलेली सूर्यप्रकाश खोडापर्यंत पोहोचेल अशी छाटणी
अतिरिक्त दाटी करणाऱ्या फांद्या काढणे
छाटणीपूर्वीचे १२ महिन्यांचे झाड
छाटणीनंतरचे १२ महिन्यांचे झाड
(६, ९ व १२ महिन्यांपर्यंत वरीलप्रमाणे छाटणी करावी.)
पेन्सिल काडी
रिफील काडी
विना वॉटरशूटची बळकट खोडे
पंजा छाटणी
बहार अगोदरची स्थिती
बहार छाटणीनंतरची स्थिती

- बायोडायनामिक कॅलेंडरमधील तारीख पाहून उतरत्या कालावधीत (Descending Period) छाटणी करावी.
- दर तीन महिन्याला मुख्य बुंध्यावरील धुमारे / पाणसोट व इतर फांद्यांवरील अनावश्यक फुटी काढाव्यात.
- पाणसोट / धुमारे जमिनीवरून बाहेर पडून झपाट्याने सरळ रेषेत उंच वाढतात. त्याचे खोड हिरवट पिवळे (भुरकट नसते), दोन इंटरनोडमध्ये अंतर जास्त असते. काही वेळेस मुख्य फांद्यांवरूनही पाणसोट निघतात. त्यांना काटे कमी असतात. त्यांच्या फांद्या तुलनेने चटकन मोडतात. एरवी चांगल्या फांद्या मोडत नाहीत. पाणशूट खूप अन्नद्रव्य शोषून घेतात; शिवाय त्याला फळेही फार कमी लागतात, म्हणून ते काढून टाकावेत. शोषलेल्या अन्नद्रव्यांच्या तुलनेत नगण्य फळे येणे व कोवळ्या फांद्या रसशोषक किडींना आमंत्रण देण्याच्या कारणामुळे पाणशूट काढणे आवश्यक आहे.
- उभ्या वाढणाऱ्या फांद्यांवरील आडव्या क्रिसक्रॉस फांद्या काढाव्यात. बुडाचे कोंब काढावेत. दर २० ते ३० दिवसांनी हे काम करावे. झाडाचा आकार (कॅनॉपी) उलट्या छत्रीसारखा झाला पाहिजे.
- दाट फांद्यांची विरळणी करावी; जेणेकरून झाडापलीकडील व्यक्ती दिसली पाहिजे. सूर्यप्रकाश संपूर्ण फांद्या-पानांना मिळून बुडापर्यंत पोहोचला पाहिजे.
- छाटणी निर्जंतुक केलेल्या हत्याराने करावी. छाटलेल्या ठिकाणी सीपीपी स्लरी चोपडावी.
- डाळिंबाचे झाड दोन ते अडीच वर्षांचे झाल्यावर अनुभवी, तज्ज्ञ व्यक्तीकडून बहार छाटणी करून घ्यावी. झाडावरील सर्व फांद्यांवर समप्रमाणात फळधारणा होण्याच्या उद्देशाने कौशल्याने अशी छाटणी करावी लागते.
- खोडकिडद्यापासून झाडाला वाचवण्यासाठी बहुखोड पद्धत योग्य आहे. तीन ते पाच खोडांपैकी एका खोडाला प्रादुर्भाव झाला तरीसुद्धा झाड जिवंत राहून शेतकऱ्याचे आर्थिक नुकसान टळते.

छाटणी तंत्रज्ञानाचे फायदे

- डाळिंब झाड सुदृढ, निरोगी व भरपूर फळधारणा होण्यास सक्षम बनते.
- झाडांच्या फांद्या, पाने सर्वांना भरपूर हवा व सूर्यप्रकाश मिळतो.
- फवारलेले औषध झाडाच्या सर्व भागांना मिळते. त्यामुळे कीड-रोगाचे प्रभावी नियंत्रण होते.
- झाडाचा आकार नियंत्रित ठेवता येतो.
- झाडावरील पानांची संख्या वाढते. कर्ब ग्रहण जास्त होते. फुलांची संख्या वाढते.
- झाडावरील भरपूर पानांच्या संख्येमुळे फळांचे तीव्र सूर्यप्रकाशामुळे सनबर्निंग होत नाही.
- मादी-कळ्यांची संख्या वाढते.
- मधमाश्यांचे प्रमाण वाढल्याने फळधारणा जास्त होते.
- छाटणीमुळे फूलगळतीवर नियंत्रण ठेवता येते.
- फळांना आकर्षक रंग येतो. फळांची संख्या, आकार, दर्जा व उत्पादन वाढते.
- किडीवर नियंत्रण ठेवता येत असल्याने फवारणींची संख्या कमी होते.
- झाडांना मजबुती येते व जोम वाढतो.
- रोगवाढीसाठी पोषक हवामाननिर्मितीस अटकाव होतो.

- झाडांना पाणी देणे, औषध फवारणी करणे व आंतरमशागत करणे इत्यादी कामे सहज सुलभतेने करता येतात.

बहारासाठी छाटणी

फळांसाठी डाळिंब झाडाची छाटणी हे एक महत्त्वाचे तंत्र आहे. छाटणीनुसार झाडाचा बहार कसा निघेल हे ठरते. जमिनीच्या प्रतीनुसार छाटणीचे प्रमाण व काडी ठेवण्याची पद्धत ठरत असते.

- **काळी जमीन :** भारीच्या काळ्या जमिनीमध्ये रिफील काडी ७० टक्के व पेन्सिल जाडीची काडी ३० टक्के ठेवून छाटणी करावी. कारण अशा जमिनीत जाड काडीवर फूल निघण्याची शक्यता कमी असते.

- **मध्यम जमीन :** मध्यम प्रकारच्या जमिनीमध्ये पाण्याचा निचरा चांगला असल्यामुळे छाटणी करताना रिफील काडी ६० टक्के व पेन्सिल काडी ४० टक्के ठेवाव्यात. योग्य व्यवस्थापन असल्यास जाडी काडीवरसुद्धा फुले निर्माण होतात.

- **हलकी मुरमाड जमीन :** हलक्या जमिनीमध्ये पाण्याचा निचरा जास्त असल्यामुळे जाड काडीवर फुले निघू शकतात. म्हणून ३० टक्के रिफील काडी व ७० टक्के पेन्सिल काडी ठेवून छाटणी करावी.

छाटणीसाठी वापरावयाची कात्री एका झाडाची छाटणी संपल्यावर गोमूत्रात बुडवून मगच दुसऱ्या झाडाच्या छाटणीसाठी वापरावी. त्यामुळे तेल्या व मर रोगाच्या प्रसारास आळा बसतो. छाटणीनंतर पाने कार्यक्षम राहण्यासाठी हलकेसे पाणी द्यावे. काळी जमीन असल्यास पाणी देण्याची गरज नाही.

डाळिंब बहाराचे व्यवस्थापन

डाळिंब हे निमहरित फळपीक असल्यामुळे बहार धरण्यासाठी बागेला पाण्याचा ताण देणे महत्त्वाचे आहे. हलक्या जमिनीसाठी ३० दिवस, मध्यम जमिनीसाठी ४५ दिवस व भारी, काळ्या जमिनीसाठी ६० दिवस पाण्याचा ताण देणे गरजेचे आहे. शेतकऱ्याकडे असणारे उपलब्ध पाणी, जमिनीचा प्रकार, बाजारपेठेची मागणी, रोग व किडींचा प्रादुर्भाव तसेच आपल्या भागातील हवामान या सर्व बाबींचा बारकाईने विचार करून कोणता बहार धरावा, हे ठरवावे. डाळिंबाच्या झाडांना सतत पाणी दिले तर वर्षभर फुले येत राहतात; पण फळांचे उत्पादन घेण्यासाठी पाण्याचा ताण देऊन, पानगळ करून पुढीलपैकी योग्य बहार निवडावा.

विविध बहारांचे महत्त्व

मृग बहार

महाराष्ट्रात ३० टक्के शेतकरी मृग बहार घेतात. पाण्याची उपलब्धता मध्यम प्रमाणात असेल तर मृग बहारच घ्यावा. या बहाराला २७° ते ३०° तापमान मानवते. त्यापेक्षा कमी-जास्त झाले तर नुकसान होते. तीव्र सूर्यप्रकाश नसल्यास फळे तडकत नाहीत; पण कमी सूर्यप्रकाश व हवेतील जास्त आर्द्रतेमुळे कीड-रोगांचे प्रमाण जास्त असते. त्याचे व्यवस्थापन नीट होत नसल्याने फळांची गुणवत्ता कमी प्रतीची मिळते. फळ पोखरणारी अळी (फ्रूट बोअरर) व फळांतील रस शोषणाऱ्या पतंगाचा (फ्रूट सर्कींग मॉथचा) प्रादुर्भाव जास्त असतो.

बहार	पाणी बंद करून ताण देण्याचा काळ	फुले येण्याचा काळ	फळ काढणीचा काळ
मृगपूर्व	मार्च-एप्रिल	मे-जून	नोव्हेंबर-डिसेंबर
मृग	एप्रिल-मे	जून-जुलै	डिसेंबर-जानेवारी
हस्तपूर्व	जुलै-ऑगस्ट	सप्टेंबर-ऑक्टोबर	एप्रिल-मे
हस्त	ऑगस्ट-सप्टेंबर	ऑक्टोबर-नोव्हेंबर	मे-जून
आंबिया पूर्व	ऑक्टोबर-नोव्हेंबर	डिसेंबर-जानेवारी	जून-जुलै
आंबिया	नोव्हेंबर-डिसेंबर	जानेवारी-फेब्रुवारी	जुलै-ऑगस्ट

तेल्या रोगाचा प्रादुर्भव होण्याची शक्यता जास्त असते. त्याचा प्रसारही झपाट्याने होतो. परिणामी, व्यवस्थापन अवघड जाते. नेमक्या या कालावधीत शेतकरी खरीप पीक पेरणीत व्यग्र असतात. जुलै-ऑगस्ट कालावधीत जिथे हमखास पाऊस जास्त पडतो तिथे मृग बहार टाळावा.

हस्त बहार

महाराष्ट्रात ४० टक्के शेतकरी हस्त बहार घेतात. पुरेसे पाणी असेल तर हस्त बहार घ्यावा. या कालावधीत रात्रीचे तापमान डाळिंबास पोषक असते, पण तापमान २०° पेक्षा कमी झाले तर फळांचा आकार वाढत नाही. भरपूर फुले येतात. फळाला रंग, प्रत चांगली मिळते. कीड-रोगांचे प्रमाण कमी असते. थंड हवेमुळे फळे चांगली पोसली जातात. बाजारात द्राक्षे येण्याआधी डाळिंब फळे येत असल्यामुळे बाजारभाव चांगला मिळतो. या काळात फळांना परदेशात मागणी जास्त असते. हलक्या जमिनीत हस्त बहार चांगला येतो. परंतु सूर्यप्रकाश कमी असल्याने प्रकाश-संश्लेषण कमी होते. त्यामुळे अन्नसाठ्यात कर्ब व नत्र यांची साठवण कमी होऊन दाणे पांढरे होण्याची शक्यता जास्त असते. फळ पोखरणारी अळी व फळमाश्या यांचा प्रादुर्भाव जास्त असतो. तसेच खारूताई, पोपट, माकडे, जंगली जनावरे यांचाही त्रास होतो.

आंबिया बहार

महाराष्ट्रात ३० टक्के शेतकरी आंबिया बहार घेतात. उन्हाळ्यातही भरपूर पाणी उपलब्ध असेल तर आंबिया बहार घ्यावा. या हंगामात प्रखर सूर्यप्रकाशामुळे भरपूर कर्ब व नत्र झाडात जमा होते. त्याचे प्रमाण अनुक्रमे ६० टक्के व ४० टक्के होत असल्याने भरपूर फुले व फळे लागून चांगले उत्पादन मिळते. कोरडी हवा व कमी आर्द्रता असल्यामुळे किडीचे प्रमाणे जास्त; परंतु बुरशीजन्य रोगांचे प्रमाण कमी असते. फळे जुलै महिन्याच्या पावसात सापडली तर मात्र रोग वाढून फळे सडतात.

हा बहार मध्यम ते भारी जमिनीत घेता येतो. परंतु जुलै अखेरपर्यंत पाणी पुरले पाहिजे. आंबे बाजारात येण्याआधी डाळिंब फळे आल्यामुळे बाजारभाव चांगला मिळतो. फळे उत्तम प्रतीची मिळतात. परंतु सनबर्न व रसशोषक किड्यांपासून फळांचे संरक्षण करावे लागते.

वरील बाबींचा विचार करून वरील सहापैकी एक बहार निवडावा.

डाळिंबाच्या झाडातील खोड व फांद्या यामधील अन्नसाठ्यातील कर्बोदके व नत्र यांच्या प्रमाणावर झाडांवर फुले-फळे लागण्याचे प्रमाण अवलंबून असते. पुढील चार प्रकारात अन्नसाठा असतो :

१.	C : N = विपुल कर्बोदके : विपुल नत्र
२.	C : n = विपुल कर्बोदके : अल्प नत्र
३.	c : N = अल्प कर्बोदके : विपुल नत्र
४.	c : n = अल्प कर्बोदके : अल्प नत्र

- विपुल कर्बोदके व विपुल नत्र असे प्रमाण असेल तर फुलांची व पानांची जोमदार वाढ एकाच वेळी होते. फळधारणा भरपूर होते. मोठी, गुणवत्तापूर्ण फळे मिळतात. फळाची पक्वता वेळेत होऊन पुढचा बहारही योग्य निघतो.

- विपुल कर्बोदके व अल्प नत्र असे प्रमाण असेल तर कमी प्रमाणात फळे, तीही झुबक्यात लागतात. एका झुबक्यात तीन ते चार फळे निपजतात. फळांची विरळणी केली तरी इतर फळांचा आकार वाढत नाही. फळे लहान राहून उत्पादन कमी मिळते. पुढचा बहार कमी व उशिरा निघतो. सलग दोन हंगामात कमी उत्पादन मिळून आर्थिक तोटा होतो.

- अल्प कर्बोदके व विपुल नत्र असेल तर नवी पालवी जोरदार व जास्त येते. तुलनेने बहार कमी व तुटक येतो. अधिक काळ बहार राहतो. फुले टिकत नाहीत. परिणामी, फळधारणा कमी होते.

- कर्बोदके व नत्र दोन्ही अल्प प्रमाणात असतील तर पालवी खुरटलेली, कमकुवत निघते. तसेच फुलांचा बहार कमी येतो. पालवीची वाढ होत नाही. फूलगळ होते. फार कमी फळधारणा होते. फळे लहान राहतात. उत्पन्न नगण्य मिळते. खर्च वाढल्याने एखादे वेळी डाळिंब बाग काढण्याचीही वेळ येते.

■■■

डाळिंबातील फूलसमस्या व सेंद्रिय उपाय

डाळिंबावरील फुलांची निर्मिती

डाळिंब झाडाच्या अन्नग्रहण करणाऱ्या मुळी क्षेत्रात वर्षानुवर्षे रासायनिक खते दिली जातात. परिणामी, मुळी क्षेत्रातील सामू अल्कलीधर्मी होतो. त्यामुळे जमिनीतील फूल (ह्यूमस) जळते. गांडुळे, सूक्ष्म जिवाणू मरतात. जमीन कडक होते. ट्रॅक्टरच्या वापराने जमीन काँक्रीटसारखी खाली कडक झाल्याने पाण्याचा निचरा होत नाही. त्यामुळे झाडांची अन्नग्रहण करण्याची क्षमता मंदावते. अशा परिस्थितीत झाडाची फूलगळ समस्या उद्भवते. बहार धरल्यानंतर जेव्हा फुलोरा उमलून येतो. त्यात नर-फुलांचे प्रमाण जास्त असते. याला कारण फळकाडीत (फळे ज्यांच्या काडीवर लागतात ती काडी) योग्य प्रमाणात अन्नद्रव्यांचा साठा झालेला नसतो.

मागील फळांचा हंगाम संपल्यावर फळफांद्यांची झालेली झीज भरून न निघाल्यामुळे या फळकाड्या गर्भधारणेस (फळधारणेस) सक्षम राहत नाहीत. त्यामुळे मादी-फुलांचे पोषण करून फळ अवस्थेपर्यंत नेण्यासाठीची आवश्यक ताकद फांदीत नसते. त्यामुळे फुले लागली तरी ती टिकत नाहीत, गळून पडतात. त्यासाठी जमिनीत ह्यूमसचे प्रमाण भरपूर पाहिजे व ते सतत निर्माण होणे महत्त्वाचे आहे. त्यामुळे खोड, फांद्या व फळफांद्या यामध्ये भरपूर अन्नसाठा भरला जातो.

चालू वर्षाच्या नवीन काडीवर डाळिंबाची फुले येत नाहीत; तर मागील हंगामातील पक्व झालेल्या काडीवरच फुले येतात. यासाठी या काडीला पक्व होण्यासाठी पानांनी तयार केलेला भरपूर अन्नसाठा या काडीत साठवायला पाहिजे. हे अन्न साठवण्याचे काम त्या काडीवर किंवा फळफांदीवर असणारी हिरवी पाने करतात. ही हिरवी पाने प्रकाश-संश्लेषण क्रियेने सूर्यप्रकाशातून फोटॉन कणांच्या स्वरूपात सौरऊर्जा घेतात.

पाने हवेतून कर्बाम्ल वायू (CO_2) व जमिनीतून मुळ्यांद्वारे बाष्प उचलतात. त्यांचा रासायनिक संयोग पानातच होतो. त्यापासून ती अन्न तयार करतात. कारण कर्बाम्ल वायू कर्ब व प्राणवायू या दोन मूलद्रव्यांपासून बनतो. हा वेगळा प्राणवायू मानव व सजीव सृष्टीच्या श्वासोच्छ्वासासाठी पानांद्वारे पर्णछिद्रातून (stomata) हवेत सोडला जातो. मग पानात शिल्लक राहिलेल्या कर्बाशी पाण्याचा रासायनिक संयोग होऊन त्यापासून जे अन्न पानात तयार होते, त्याला कर्बोदके म्हणतात.

जमिनीतील एकदल वनस्पतींच्या मुळ्यांना असहजीवी, सूक्ष्म जिवाणूंनी (सिटोबॅक्टर, झोटाबॅक्टर, झोस्पिरिलय, बायजेरिकिया, फ्रॅंकिया) व द्विदल वनस्पतींच्या सहजीवी सूक्ष्म जिवाणूंनी (रायझोबियम) पुरवलेला सेंद्रिय नत्र डाळिंबाच्या पानांकडे पाठवला जातो. त्यानंतर पानातील

कर्बोदके व सेंद्रिय नत्र या दोघांचा रासायनिक संयोग होऊन त्यापासून प्रथिने तयार होतात आणि ती डाळिंबाच्या काडीत संग्रहित करतात. त्याद्वारे काडी पक्व होऊन फुले काढण्यास सक्षम होते.

डाळिंबाच्या फूलसमस्या

- डाळिंब झाडाच्या खोडात, फांद्यात व फळकांडीमध्ये कर्बोदके मुख्य, दुय्यम व सूक्ष्म मूलद्रव्यांचे असंतुलित / कमी प्रमाण असणे, विशेषत: नत्राचे प्रमाण जास्त असल्यास नर-फुलांची संख्या जास्त होऊन दोन-तीन दिवसांत ती गळून पडतात.

- बहार धरताना डाळिंबाच्या झाडांना पाण्याचा योग्य ताण (अपुरा किंवा जादा) न बसल्यास फुले येत नाहीत.

- दोन बहारात योग्य अंतर नसल्यास फुले निघत नाहीत.

- जमिनीच्या पोताप्रमाणे (भारी, मध्यम, हलकी) डाळिंब झाडांची छाटणी अपुरी / जादा झाल्यास फुले येत नाहीत.

- जमिनीच्या प्रतीनुसार पाणी कमी-जास्त दिल्यास फुले गळतात.

- डाळिंब झाडांना जास्त ताणानंतर पाणी दिले किंवा नाही दिले तर जमिनीचे तापमान वाढून फूलगळ होते.

- डाळिंब झाडावरील कळी-फुलांवर कीड (रस शोषणाऱ्या) व रोगांचा (सर्कोस्पोरा, अल्टरनेरिया, कोलेटोट्रीकम इत्यादी) प्रादुर्भाव झाला तर फुले गळतात.

- डाळिंब झाडात संजीवकांची (हार्मोन्स) कमतरता झाली तर समस्या उद्भवते.

- डाळिंबाला फूल धरण्यासाठी आदर्श तापमान २७° ते ३२° लागते. यापेक्षा जास्त झाले तर फूल निघण्यास अडचण येते.

- डाळिंबाच्या खरड छाटणीमुळेसुद्धा फुले निघत नाहीत. डाळिंब झाडांवर फुले निघण्याऐवजी पालवी फुटते किंवा कायीक वाढ जास्तीची होते. त्यामुळे फुले जोमदार येत नाहीत. फुले निघाली तरी त्यात मादी-फुलांऐवजी नर-फुलांचे प्रमाण वाढते व गळते.

- फळपोषणासाठी आवश्यक अन्नसाठा निर्माण करण्यासाठी आवश्यक प्रमाणात पाने झाडांवर नसली तर फुले निघत नाहीत किंवा टिकत नाहीत.

- फुलांमध्ये परागीकरण होण्यासाठी आवश्यक मधमाश्यांची संख्या नसली तर फळधारणा होत नाही. परिणामी, गर्भविहीन फुले गळून पडतात. कारण डाळिंबात परागीकरण मधमाश्यांद्वारे ९७ टक्के व बाकी तीन टक्के इतर कीटकांपासून होते.

- जास्त पाऊस, ढगाळ हवामान किंवा सारखा पाऊस अशा परिस्थितीमध्ये फुले मोठ्या प्रमाणात गळतात. हिवाळा व उन्हाळा यापेक्षा पावसाळ्यात मोठ्या प्रमाणात फूलगळ होते.

- पाणी धरून ठेवणाऱ्या, निचरा व्यवस्थित नसलेल्या जमिनीवरील डाळिंबाची फूलगळ मोठ्या प्रमाणावर होते.

- पावसाळ्यात किंवा दमट हवामानात बुरशीजन्य रोगाच्या किंवा किडींच्या प्रादुर्भावामुळे होणारी फूलगळ थांबवण्यासाठी नियमित औषध फवारणी न केल्यास खूप फूलगळ होते.

- अयोग्य खते, अवाजवी संजीवके यांचा वापर केल्यास फूलगळ होते.

- डाळिंब लागवडींचे कमी अंतर, झाडांची दाटी, कमी सूर्यप्रकाश व खेळती हवा नसणे यामुळे आर्द्रतेचे प्रमाण वाढून फुलांचे देठ कुजून ती गळतात.

डाळिंबावरील फुलांचे प्रकार व वैशिष्ट्ये

वैशिष्ट्ये	फुलांचे प्रकार		
	नर	द्विलिंगी	अर्धमादी
फूल	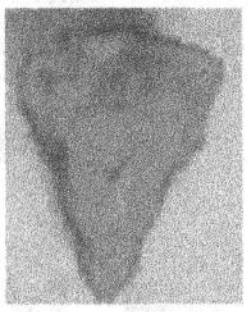	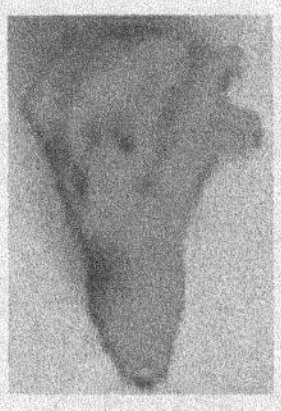	
आकार	निमूळता, नरसाळ्याचा आकार, बीजकोष नसलेला	घंटीसारखा आकार, खालील फुगीर भाग, बीजकोष असलेला	निमूळता; पण लहान आकाराचा बीजकोष असलेला
झाडावर फुलांचे सरासरी प्रमाण	३० टक्के	५५ टक्के	१५ टक्के
फुलांचे फळात रूपांतर होण्याचे सरासरी प्रमाण	शून्य	८० ते ९० टक्के	४० ते ५० टक्के
झाडावर चांगले उत्पादन येण्यासाठी अपेक्षित प्रमाण	३० टक्के	७० टक्के	–
गुणधर्म	१. फुलांत परागकण असतात; परंतु बीजकोष नसतो. २. फुले पर-परागीकरण झाल्यावर दोन ते तीन दिवसांत गळून जातात. ३. नर-फुलांचे फळांत रूपांतर होत नाही.	१. फुलांचा आकार डमरूसारखा किंवा घंटीसारखा असतो. २. फुलात बीजकोष फुगीर असते. ३. फुलांचे पर-परागीकरण ९० टक्के मधमाश्यांद्वारे व तीन टक्के इतर कीटकांद्वारे होते.	१. परागकणांची संख्या कमी २. फुलात बीजकोष लहान आकाराचे असते. ३. परागीकरणानंतर फळांचा आकार सामान्य नॉर्मल नसतो, miss-shaped असतो. ४. मधमाश्यांमुळे फुलांचे फळात होणारे रूपांतर वाढवता येते.

- डाळिंबात वांगे, टोमॅटो, मिरची, भेंडी, कांदे, लसूण यासारखी आंतरपिके घेतली तर रस शोषणाऱ्या किडींचा प्रादुर्भाव डाळिंबावरील फुलावर होऊन ती गळतात.

डाळिंबाच्या फूलसमस्येवर सेंद्रिय उपाय

- डाळिंब बागेसाठी काळी भारी जमीन निवडू नये. पावसाळ्यात पाण्याचा निचरा होणारी जमीन निवडावी.

- डाळिंबाची ३ × ४ मीटर किंवा ३ × ३.६ मीटरवर लागवड करून संपूर्ण झाडांना भरपूर सूर्यप्रकाश व खेळती हवा मिळेल असे पाहावे.

- सेंद्रिय खते, नीम व इतर पेंडी, जीवामृताची ड्रेंचिंग व फवारणी, जैविक खतांचा वापर करून डाळिंब झाडावरील पानांची संख्या व आकारमान वाढवण्याचा प्रयत्न करावा.

- डाळिंब बागेत धैंचा / ताग ही हिरवळीची पिके वरचेवर घेऊन जमिनीतील सेंद्रिय कर्ब, सूक्ष्म जिवाणूंची संख्या वाढवून झाडे सकस व रोगप्रतिकारक्षम बनवावी. आर्थिक लाभांसाठी इतर आंतरपिके घेतल्यास डाळिंबाच्या झाडांकडे अपुरे लक्ष दिले जाते. जमिनीतील अन्नसाठा वरचेवर वापरला जातो. कीडरोगाचा मुक्काम शेतात राहतो. त्यामुळे डाळिंबाची योग्य वाढ व निगा होत नाही, असा अनुभव आला आहे.

- डाळिंब झाडाच्या बुडाभोवतीची फूट वरचेवर काढावी. पाणसोट काढावेत. चार ते सहा मुख्य फांद्या ठेवून झाडांना योग्य वळण व छाटणी करावी.

- वर्षात एकच बहार घ्यावा.

- अवाजवी संजीवके, अयोग्य सेंद्रिय खते, औषधे, जैविक कीड व रोगनाशके वापरू नयेत. लागवड खर्च वाढवून फूलसमस्येला आमंत्रण देऊ नये.

डाळिंबाच्या मुळी-क्षेत्राची माती बदलावी. फळ काढल्यानंतर झाडाखालील मुळी क्षेत्रातील जुनी माती हलक्या पद्धतीने, मुळींना इजा होऊ न देता बाजूला करून तिथे दुसरी सुपीक माती भरावी. अशा पद्धतीने डाळिंब झाडांच्या परिघातील वाढलेला सामू असलेली माती बदलल्यामुळे उच्च दर्जाची, रेडिमेड, सुपीक माती झाडाच्या मुळ्यांशी स्थिरावते. त्यामुळे मुळींना अन्नग्रहणासाठी पोषक वातावरण तयार होते.

फायदे : (१) मुळींचे आयुष्य वाढून त्या कार्यक्षम होतात. (२) जमिनीखाली चालणारे झाडाचे कार्य सतत निरोगी राहते. (३) झाडाचे आयुष्य वाढून ती अधिक उत्पादन देतात.

- डाळिंब झाडाच्या खोडात, मुख्य फांद्यांत व पेन्सिल / रिफील आकाराच्या फळकांडीमध्ये कर्बोदकांचे प्रमाण ६० टक्के व नत्राचे ४० टक्के असेल तर फूलसमस्येवर मात करता येते. त्यासाठी डाळिंबाच्या झाडांना मुख्य अन्नद्रव्यांची (नत्र, स्फुरद, पालाश) स्लरी, दुय्यम अन्नद्रव्यांची (कॅल्शिअम, मॅग्नेशिअम, सल्फर) स्लरी, सूक्ष्म अन्नद्रव्यांची (लोह, मँगनीज, तांबे, मॉलिब्डेनम, जस्त, बोरॉन, क्लोरीन, क्रोमिअम, सोडिअम, व्हेनडिअम, आयोडीन, सिलिका, सेलेनिअम व कोबाल्ट) स्लरी व कडधान्यांची स्लरी पुढीलप्रमाणे द्यावी :

१. **मुख्य अन्नद्रव्यांची स्लरी :** डाळिंब रोप लावल्यानंतर पहिल्या बहाराआधी प्रत्येक महिन्याला एकूण दोन ते तीन वेळा द्यावी.

घटक : ताजे शेण किंवा बायोगॅस स्लरी २० किलो + गोमूत्र १० लीटर + निंबोळी पेंड १५ किलो + सायट्रिक ॲसिड १००

ग्रॅम + ॲझॉस - एनपीके कन्सोर्शियम २५० मिली प्रति ०.४ हेक्टर

२. **जिवाणूंची स्लरी :** डाळिंब झाडांना दर दोन महिन्यांतून एकदा द्यावी.

घटक : ताजे शेण किंवा बायोगॅस स्लरी २० किलो + गोमूत्र १० लीटर + सेंद्रिय गूळ दोन किलो + ॲझॉस - एनपीके कन्सोर्शियम २५० मिली + इएम-२ एक लीटर + ट्रायकोडर्मा एक किलो + पेसिलोमायसीस एक लीटर हे मिश्रण एक लीटर प्रति झाड द्यावे.

३. **कडधान्यांची स्लरी :** डाळिंब झाडांना दर तीन महिन्यातून एकदा द्यावी.

घटक : भरडलेली कडधान्ये (मूग, मठ, चवळी, हरभरा, मसूर, वाटाणा, उडीद प्रत्येकी एक ते दोन किलो) + ताजे शेण किंवा बायोगॅस स्लरी २० किलो + गोमूत्र १० लीटर + ह्युमिक ॲसिड दोन लीटर + गांडूळपाणी दोन लीटर + इएम-२ १० लीटर हे मिश्रण आंबवून एक लीटर प्रति झाड द्यावे.

४. **दुय्यम व सूक्ष्म मूलद्रव्यांची स्लरी :** डाळिंब झाडांना दर सहा महिन्यांतून एकदा द्यावी.

घटक : ताजे शेण २० किलो + गोमूत्र १० लीटर + शेंगदाणा पेंड १५ किलो + मिनो ॲसिड एक लीटर + सायट्रिक ॲसिड १०० ग्रॅम + दुय्यम मूलद्रव्ये (प्रत्येकी ८ किलो कॅल्शिअम, मॅग्नेशिअम आणि सल्फर) + सूक्ष्म मूलद्रव्ये (झिंक सल्फेट चार किलो + मॅंगनीज ८०० ग्रॅम + फेरस सल्फेट १.६ किलो + कॉपर सल्फेट १० ग्रॅम + बोरॉन १६ ग्रॅम) + सेंद्रिय मायक्रोन्यूट्रियंट उदाहरणार्थ, व्हर्मीवॉशच्या पाच टक्क्यामध्ये कॅल्शिअम, स्फुरद, मॅग्नेशिअम व लोह मिळते. हे मिश्रण एक लीटर प्रति झाड द्यावे.

- डाळिंब लागवडीसाठी बायोडायनामिक कॅलेंडरमधील निर्देशित तारखांना खत देणे, फवारणी करणे, छाटणी करणे इत्यादी केले तर डाळिंबाच्या फळाची प्रत व त्याचे उत्पन्न वाढवता येते. हा स्वतंत्र लेखाचा विषय आहे. डाळिंब फुलांचा अभ्यास, झाडांचे सूक्ष्म निरीक्षण व रासायनिकऐवजी सेंद्रिय पद्धतीचे व्यवस्थापन तंत्र वापरले तर डाळिंब उत्पादक फळांचे भरघोस व उत्तम प्रतीचे उत्पादन घेऊ शकतो.

∎∎∎

डाळिंबाच्या पीकपोषण व संरक्षण यासाठी निविष्ठा

कोणतेही पीक जमिनीवर वाढते ते जमिनीतील सेंद्रिय कर्ब, ह्यूमस व सूक्ष्म जिवाणूंच्या बळावर; रासायनिक खतावर नव्हे. त्यासाठीच आपण वरील तिन्ही घटक वाढवण्यासाठी डाळिंबाच्या लागवडीपूर्वी व नंतर दोन ओळींमध्ये ॲरोग्रीन व नंतर दोन ओळीत इतर आंतरपिके घेतली. रासायनिक खतांच्या व तणनाशकांच्या अमाप वापरामुळे जमिनीतील सेंद्रिय कर्बाचे प्रमाण ० ते ०.०२ व ह्यूमस व सूक्ष्म जिवाणूंचे प्रमाण जवळजवळ शून्य झाले आहे. जमीन संवेदनशून्य, बहिरी व अशक्त झाली आहे. अशा भूमातेवर पेरलेली पिके (मूल) अशक्त, नाजूक व प्रतिकारशून्य झाली आहेत. कारण आपण पिकांना जेवणरूपी कंपोस्ट / शेणखत, सेंद्रिय पदार्थ न देता टॉनिकरूपी रासायनिक खतांवर वाढवत आहोत.

रासायनिक शेती पद्धतीत पीकवाढीसाठी वेगळ्या निविष्ठा व पीक संरक्षणासाठी वेगळ्या निविष्ठा असतात. परंतु सेंद्रिय व बायोडायनामिक शेती पद्धतीतील अनेक निविष्ठा पिकांचे पोषण व संरक्षण (कीड, रोग, विषाणूंपासून) दोन्ही कार्ये करतात. उदाहरणार्थ, गोमूत्र त्याच्या एन्टोमोपॅथोफॅगस गुणधर्मामुळे वनस्पतीचे उत्तम पोषण करते. त्याच वेळी तिचे कीड-रोगापासून संरक्षण करते. अगदी तसेच पंचगव्याच्या व इतरांच्या बाबतीत आहे. डाळिंबासाठी पुढील

निविष्ठा शेतकऱ्यांनी घरीच तयार कराव्यात. काही आवश्यक त्या (गरज पडल्यास) बाजारातून विकत आणाव्यात. म्हणजे त्यांचा खर्च वाचून शेती परवडणारी होईल. डाळिंब व त्यातील आंतरपिके यासाठी पुढील निविष्ठा वापराव्यात.

- **शेतावर तयार करता येणाऱ्या निविष्ठा :** बीडी कंपोस्ट, सीपीपी, बीडी ५००, बीडी ५०१, बीडी द्रवरूप खत / कीटकनाशक, बीडी वृक्षलेप (ट्री पेस्ट), पंचगव्य, गांडूळपाणी, सेंद्रिय युरिया, घन जीवामृत, वनस्पतिजन्य औषधे : लिंबोळी अर्क, आलमिका, दशपर्णी, इतर वनस्पतिजन्य खते / औषधे

- **बाजारातून विकत घ्यायच्या निविष्ठा :** जैविक कीड व बुरशीनाशके उदाहरणार्थ, सुडोमोनस, ट्रायकोडर्मा, फेरोमन सापळे इत्यादी

शेतावर तयार करता येणाऱ्या निविष्ठा

■ बीडी कंपोस्ट (बायोडायनामिक कंपोस्ट)

जमिनीतील ह्यूमस, उपयुक्त सूक्ष्म जिवाणू, बॅक्टेरिया, बुरशी, गांडूळे इत्यादी वाढवण्यासाठी बीडी कंपोस्ट अतिशय उपयुक्त व आवश्यक आहे. हे पिकांचे संपूर्ण जेवण आहे. पिकांना वाढीसाठी

लागणारी मूलद्रव्ये ते पुरवतात. तसेच प्रतिकूल हवामानात सॉईल कंडिशनर म्हणूनही काम करतात.

साहित्य

१. **प्रथिनयुक्त हिरव्या वनस्पती (६० टक्के) :** उदाहरणार्थ, हिरवे गवत, द्विदल झाडांचा पाला, गिरिपुष्प, ताग, सुबाभूळ, निंदलेले ताजे गवत, विविध झाडांची हिरवी पाने, कोवळ्या फांद्या (बांधावरील), मासळी वेस्ट, किचन वेस्ट इत्यादी)

२. **कर्बयुक्त वनस्पती (वाळलेल्या) (३५ टक्के) :** उदाहरणार्थ, कापसाची पऱ्हाटी, भाताचे तनीस, उसाची पाचट, बगॅस, वाळलेली पाने, वाळलेले निंदलेले गवत, नारळ काथ्या (जास्त नको), नारळाच्या झावळ्या, वाळलेल्या झाडाच्या जाड फांद्या, तुराट्या, लाकडाचा भुसा, वाळलेली मक्याची पाने (तणनाशक न वापरलेली)

३. **इतर साहित्य (५ टक्के) :** उदाहरणार्थ, गायीच्या शेणाची स्लरी (शेणकाला) - भरपूर (बीडी कंपोस्ट देऊन वाढवलेला चारा खाल्लेल्या गायीचे शेण)

चुन्याची पावडर (भिंतीवर लावायचा चुना)

लाकडाची राख / रॉक फॉस्फेट / बोअरवेलची माती / बिलचुरा / सागरी तण / बोनमिल इत्यादी

बायोडायनामिक प्रिपरेशन्स ५०२ ते ५०७ किंवा सीपीपी स्लरी

भरपूर पाणी

वरील साहित्यातून कंपोस्ट खतात सेंद्रिय कर्ब, प्रथिने, नत्र, कॅल्शिअम, दुय्यम व सूक्ष्म मूलद्रव्ये, सूक्ष्म जिवाणू, सेंद्रिय पदार्थांचे बायोमास मिळतात.

बीडी कॅलेंडरमधील कृती

जमिनीत खड्डा न करता पृष्ठभागावरच थरावर थर रचून बीडी कंपोस्ट तयार करावे लागते. त्यासाठी दोन मीटर रुंद, पाच मीटर लांब (लांबी जास्त घेणे, उपलब्ध साहित्यावर अवलंबून) व दीड मीटर उंच ढीग करण्यासाठी लांबी-रुंदीचे मार्किंग करून घ्यावे. त्यावर पाणी शिंपडून घ्यावे.

जागा : बीडी कंपोस्टचा ढीग तयार करण्यासाठी सुपीक जमीन, जिथे भरपूर जिवाणूंची संख्या तयार होऊ शकते अशा ठिकाणी किंवा झाडाच्या (उदाहरणार्थ, केळी, सुबाभूळ, आंबा) सावलीमध्ये; परंतु खोडापासून लांब व त्यांना मोठ्या मुळ्यांचा त्रास होणार नाही, जिथे पावसाचे पाणी साचणार नाही, अशी जागा निवडावी.

मार्किंग केलेल्या जागेवर विविध साहित्याचे पुढीलप्रमाणे थर रचत जावे.

- **पहिला बुडाचा थर :** जाड व वाळलेले जैविक पदार्थ उदाहरणार्थ, पऱ्हाट्या, तुराट्या भिजवून जमिनीवर ३० सेंमी उंचीचा थर अंथरून त्यावर पाणी शिंपडावे. या थरामुळे बुडाला भरपूर हवा उपलब्ध होते. त्यातील प्राणवायूचा उपयोग एरोबिक बॅक्टेरिया वाढीसाठी होऊन कचऱ्याचे खतात लवकर रूपांतर होते. या थरावर दोन ते साडेतीन सेंमी जाडीचा शेणकाला शिंपडा.

- **दुसरा थर :** कर्बयुक्त साहित्य उदाहरणार्थ, पऱ्हाटी, तुकडे, उसाचे पाचट, बगॅस, वाळलेले गवत इत्यादींचा १० सेंमी उंचीचा थर अंथरा.

- **तिसरा थर :** लाकडाची राख / रॉक डस्ट / बेसॉल्ट पावडरचा थर करा.

- **चौथा थर :** शेणकाला शिंपडा.

- **पाचवा थर :** प्रथिनयुक्त वनस्पती उदाहरणार्थ, हिरवे गवत, द्विदल झाडपाला इत्यादींचा १५ सेंमी थर द्यावा.

- **सहावा थर :** इथे चुन्याची पावडर शिंपडावी. (चुन्याची पावडर शेणकाल्यावर पडणार नाही याची काळजी घ्यावी.)

अशा पद्धतीने थरावर थर रचून दीड मीटर उंचीचा ढीग तयार करावा. प्रत्येक थर ३० सेंमी जाडीचा असावा. बीडी कंपोस्ट ढिगात कॅलिशिअमचे प्रमाण वाढवण्यासाठी अंड्यांची टरफले टाकता येतात.

वाळलेल्या व ओल्या सेंद्रिय पदार्थांचे प्रमाण १ : ३ वापरल्यास खतातील कर्ब व नत्र यांचे गुणोत्तर (सी-एन रेश्यो) ३० मिळतो. हे आदर्श प्रमाण आहे.

- कंपोस्टचा ढीग शेणकाला व माती यांच्या मिश्रणाने चांगला लिंपून घ्यावा.
- संपूर्ण ढिगावर ठरावीक अंतरावर पाच खोल छिद्रे करावीत.
- शेणाचे पाच गोळे तयार करावेत. प्रत्येक गोळ्यात प्रत्येकी एक ग्रॅम बीडी प्रिपरेशन्स ५०२ ते ५०६ मिसळून पाच छिद्रांत खोलवर टाकून पाचही छिद्रे शेणाने झाकावीत.
- ढिगावर मध्यभागी एक छिद्र करावे. १० मिली बीडी प्रिपरेशन ५०७ एक लीटर शुद्ध पाण्यात मिसळून ते द्रावण १० मिनिटे हलवावे. अर्धे द्रावण या छिद्रात टाकून उरलेले अर्धे द्रावण ढिगावर शिंपडावे.
- शेणाच्या घट्ट स्लरीने सर्व छिद्रे संपूर्णपणे बुजवावीत. संपूर्ण ढीग शेणाने लिंपावा.
- ढिगावर नारळाच्या झावळ्या, उसाची पाचट टाकून झाकावे व सावली करावी.
- कंपोस्ट ढिगात थर्मोफिलीक बॅक्टेरिया ५०° ते ६०° तापमान असतानाही कार्य करतात. बीडी कंपोस्टमधील तापमान ७०° च्या वर जाऊ नये. नत्रयुक्त हिरव्या पाना-फांद्यांचे प्रमाण

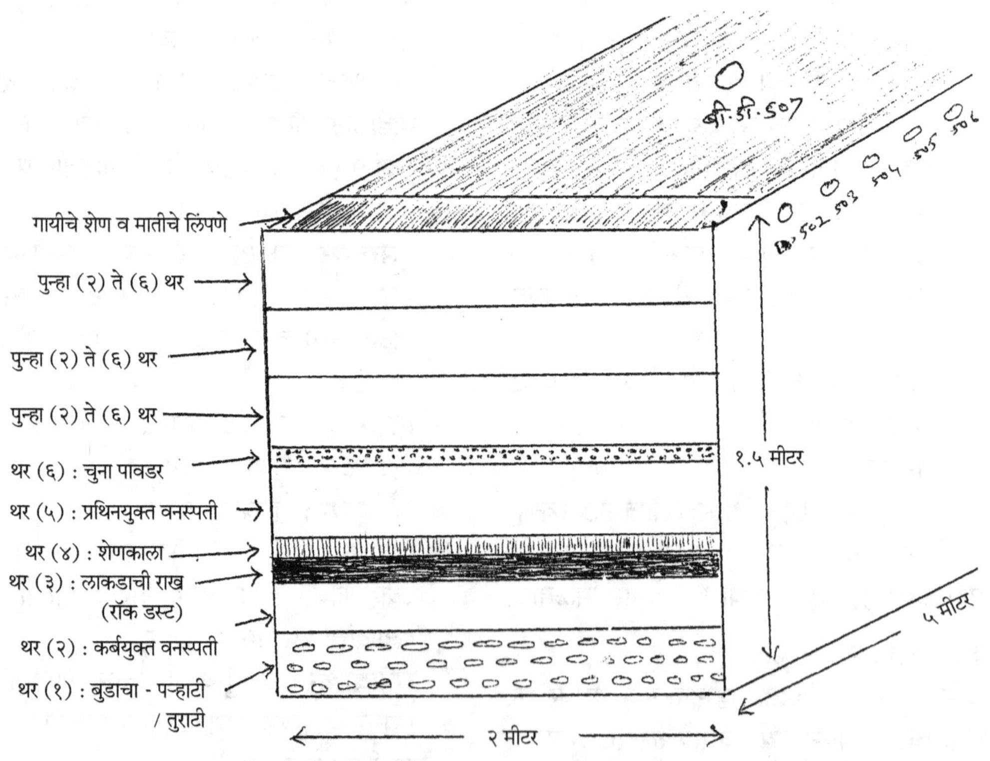

जास्त झाले की तापमान वाढते. म्हणून दीड-दीड महिन्याने ढीग पूर्णपणे उचलून पुन्हा रचून शेणकाला व मातीने लिंपणे गरजेचे आहे.

- तापमानानुसार तीन ते चार महिन्यांत बीडी कंपोस्ट तयार होते.
- सर्वसाधारणपणे तीन घनफूट ढिगापासून एक टन कंपोस्ट मिळते.
- ढिगामध्ये पुरेसा ओलावा व हवा खेळती राहणे अत्यंत गरजेचे आहे.
- उन्हामुळे ढिगाला भेगा पडल्यास बाहेरील हवा आत जाऊ नये म्हणून त्या शेणमातीने बुजवाव्यात.

साठवण

बीडी कंपोस्ट सावलीत व थंड हवेच्या ठिकाणी साठवावे. ते नेहमी ओलसर राहण्यासाठी ढिगावर वरचेवर पाणी शिंपडावे; नाहीतर त्यातील मूलद्रव्यांचा ऱ्हास होतो.

वापरण्याची पद्धत

- तीन-चार महिन्यांत तयार झालेले कंपोस्ट खत मृगाचा पाऊस सुरू होण्यापूर्वी शेतात पसरावे. त्यावर जैविक अवशेषांचे मल्चिंग करावे.
- डाळिंबासाठी १० घनमीटर प्रति ०.४ हेक्टर खत वापरावे.
- दर तीन महिन्याला कमीत कमी एक ते दोन किलो प्रति झाड कंपोस्ट खत द्यावे.
- खत मुळ्याजवळ देऊन काडीकचऱ्याने झाकले पाहिजे.

बीडी कंपोस्टचे फायदे

- रासायनिक खतांचा प्रभाव आपणास लगेच दिसतो; परंतु त्याचा प्रभाव दोन ते तीन आठवडेच राहतो. बीडी कंपोस्टचा प्रभाव दीर्घ काळ (सहा महिने) राहतो. कर्बयुक्त

पदार्थांची मात्रा कंपोस्टमध्ये चांगली असते. त्याचा प्रभाव दोन-तीन वर्षांपर्यंत राहतो.

- एक बैलगाडी शेणखत टाकून जेवढा फायदा होतो, तेवढाच फायदा फक्त १० टोपली बीडी कंपोस्ट टाकून होतो.
- कंपोस्टमुळे जमिनीतील नत्र, कॅल्शिअम, दुय्यम व सूक्ष्म मूलद्रव्ये, ह्यूमस, सेंद्रिय कर्ब, उपयुक्त मित्र बॅक्टेरिया, बुरशी, गांडुळे, पोषक घटक वाढण्यास मदत होते.
- बीडी कंपोस्टचे दोन प्रमुख फायदे आहेत :
  - पिकांना वाढीसाठी आवश्यक असणारी सर्व मूलद्रव्ये पुरवतात.
  - सॉईल कंडिशनर म्हणून कार्य करते. प्रतिकूल हवामान असेल तर जमिनीतील तापमान व आर्द्रता पीकवाढीस पोषक ठेवते.
- पिकांना आवश्यक असणारी पोषकद्रव्ये सतत तयार करून पुरवते. पिकांना ते, हवे त्या प्रमाणात मिळत गेल्याने पिकाची जोमदार वाढ होते.
- जमिनीला इंधनासारखे साहित्य पुरवून पिकात कर्बोदके वाढवण्यासाठी मदत करते.
- कंपोस्ट तयार होण्याच्या प्रक्रियेत ते थर्मोफिलीक, मिझोफिलीक व स्टॅबिलाझिंग स्टेजमधून जात असल्याने कंपोस्टमधील तणांचे बी मरते. त्यामुळे शेतातील तण काढण्याचा शेतकऱ्यांचा खर्च वाचतो.
- बीडी कंपोस्टमध्ये पुढील प्रमाणात पीकपोषक व इतर द्रव्ये असल्याने पिकाची वाढ चांगली, निरोगी व प्रतिकारक्षम होते.

नत्र - १.८५ टक्के, स्फुरद - १.६५ टक्के, पालाश - १.७० टक्के, सिलिका - ४७.३५ टक्के, इसी - १२.५८, सेंद्रिय कर्ब - ८.०८

टक्के, सेंद्रिय पदार्थ - १५.५४, राख - ५ टक्के, ह्युमिक ॲसिड - ०.५ मिलिग्रॅम/किलो

■ **सीपीपी (Cow Pat Pit)**

बहुगुणी बायोडायनामिक खत व औषध : भारतात सर्वप्रथम १९९४पासून सीपीपी बनवणे सुरू झाले. २००२नंतर त्याचे प्रमाण भरपूर वाढले.

साहित्य

- देशी दुभत्या गायीचे शेण - ६० किलो सेंद्रिय चारा दिलेले, कॅल्शिअम, सूक्ष्म जिवाणू, खनिज, जीवनसत्त्वेयुक्त घट्ट हवे, पातळ नको.
  दोन दिवसांपासून गायीने धान्य खाल्लेले नसावे.
- अंड्याची टरफले - २०० ते ३०० ग्रॅम (दुभत्या गायीऐवजी इतर शेण असेल तर अंड्याची टरफले ३०० ग्रॅम घ्या)
- बोअरवेलची माती / रॉक फॉस्फेट / बेसॉल्ट पावडर - ३०० ग्रॅम (सूक्ष्म मूलद्रव्ये भरपूर)
- बायोडायनामिक प्रिपरेशन्स ५०२ ते ५०७ - (बीडी ५०२ ते ५०६ पावडर रूपात, बीडी ५०७ द्रवरूपात)
  वैश्विक ऊर्जा - सुरुवातीला दोन सेटनंतर एक सेट
- लाल मातीच्या विटा - १४४ नग
- **जागा :** जमिनीत खड्डा करण्यासाठी प्रत्येकी १.५ × १.२ × ०.३ मीटर (५ × ४ × १ फूट) बाह्य आकारासाठी, १.५ × १.२ × ०.३ मीटर (०.९ × ०.६ × ०.३ फूट) आतल्या आकारासाठी व २० खड्ड्यांसाठी ३० × २४ मीटर (१०० × ८० फूट) जागा लागते.

कृती

- झाडाखालची जागा नसावी. कारण त्यांची मुळे सीपीपीचे खत व मूलद्रव्ये शोषून घेतील.

खोदकाम केल्यावर मुळ्या लागल्या तर त्या तोडाव्यात.

- ऊन-पाऊस लागणार नाही अशा ठिकाणी १.५ × १.२ मीटर (५ × ४ फूट) आकाराचा खड्डा खोदावा. या आकाराचे कितीही खड्डे करता येतील. खड्ड्याची खोली ०.३ मीटर (एक फूट) असावी.
- खोदकाम पूर्ण झाल्यावर दोन आडव्या विटा, दोन उभ्या विटा या क्रमाने चारही बाजूला पहिला थर संपल्यावर दुसरा थर तसाच रचावा. अशा पद्धतीने खड्ड्याच्या आतील आकार ०.९ × ०.६ × ०.३ मीटर (३ × २ × १ फूट) असावा. त्यात मुक्त आंबवणी (Open Fermentation) प्रक्रिया होते.
- खड्ड्याच्या तळाशी विटकर नको, सिमेंट नको. फक्त पाणी शिंपून ओले करा.
- दुभत्या गायीचे शेण ६० किलो जमिनीवर पोत्यावर अंथरा. त्यातील कचरा, दगड-विटांचे तुकडे इत्यादी वेचून काढा.
- शेण कणकेसारखे चांगले मळून, तिंबून घ्या. अर्धा ते एक तास मळल्यावर शेणात एअरेशन तयार होऊन ते खूप मऊ होते व आंबवण प्रक्रिया जलद होते. शेणाची रचना बदलते.
- शेण चांगले मळल्यानंतर त्यात अंड्यांची टरफल पावडर २०० ते ३०० ग्रॅम सम प्रमाणात मिसळा. बलक काढल्यानंतर अंड्यांची टरफले ओव्हन किंवा उन्हात वाळवली असता त्याचा आतील पापुद्रा निघून त्याची पावडर लवकर तयार होते.
- गायीच्या शेणात जिवंत स्वरूपात कॅल्शिअम असतेच; पण आणखी कॅल्शिअम हवे असल्यास चुन्याऐवजी शिंपल्यांची पावडर वापरता येते.

- वरील मिश्रणात २०० ग्रॅम बोअरवेलची माती शिंपून मिश्रण एकजीव करा.
- सर्व मिश्रण अर्धा ते एक तास चांगले तिंबून, मळून झाल्यावर त्याचे गोळे तयार करून हळुवारपणे अलगद खड्ड्याच्या तळाला ठेवा. हलक्या हाताने सपाट करा. मिश्रण दाबू नका.
- पिकांमध्ये कॅल्शिअमची कमतरता असेल तर पिकात नाजूकपणा (Susceptibility) वाढून ती कीड-रोगांना लवकर बळी पडतात. सीपीपीमध्ये कॅल्शिअम जास्त असते.
- उन्हाळ्यात सर्व विटा ओल्या करून वापराव्यात.
- सपाट केलेल्या पृष्ठभागावर समान अंतरावर बोटाने साडेतीन इंच खोल अशी सहा छिद्रे पाडा.
- दोन-दोन चिमूटभर बीडी ५०२ ते ५०६ प्रिपरेशन सहा छिद्रांत टाका.
- १० मिली बीडी ५०७ प्रिपरेशन (व्हेलेरियन) पाऊण भाग पाण्याने भरलेल्या बाटलीत टाका. बाटलीचे झाकण लावून खांद्याच्या रेषेत आडवी धरून मागे-पुढे करून द्रावण घुसळा.
- घुसळल्यामुळे द्रावण उत्तेजित (ॲक्टिव्हेट) होते.
- बीडी ५०७चे उरलेले अर्धे द्रावण खड्ड्याच्या पृष्ठभागावर व चारही बाजूच्या भिंतींवर शिंपडा.
- खड्ड्यातील दीड विटा (१२ सेंमी) उघड्या ठेवून शेण भरा.
- कुंडातील शेण ओल्या बारदान्याने झाका. दर दोन-तीन दिवसाला पाणी शिंपून बारदान ओले ठेवा. कोरडे होऊ देऊ नका किंवा चिखलाप्रमाणे जास्त पाणीही टाकू नका.
- सीपीपी खड्ड्यात एरोबिक बॅक्टेरिया वाढण्यासाठी मिश्रण खाली-वर करणे गरजेचे आहे. त्यासाठी आठवड्याला, १५ दिवसाला मिश्रण खाली-वर करा.
- खड्डा भरल्यानंतर सुरुवातीला एक महिन्यानी व नंतर दर आठवड्याला खाली-वर करणे केव्हाही चांगले.
- ९० दिवसांनी सीपीपी काढून वापरता येते. हिवाळ्यात सहा महिन्यांत तयार होते.
- मातीच्या मडक्यात सीपीपी ठेवून मडके ओल्या पोत्याने झाकून अंधारात ठेवा किंवा जमिनीत पुरून ठेवा, माती ओली ठेवा.

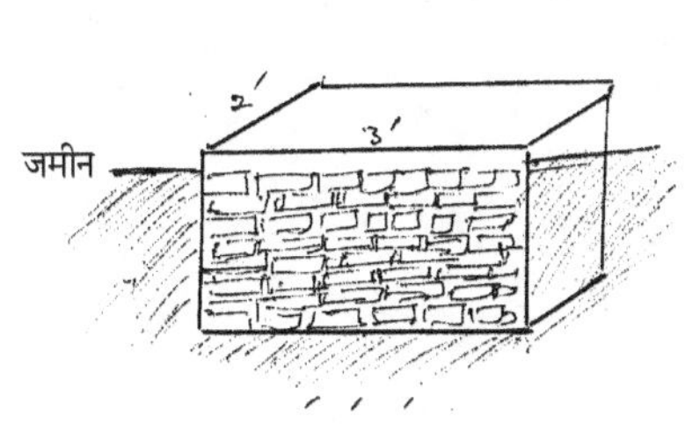

३' × २' × १' विटकरीचे जमिनीतील कुंड

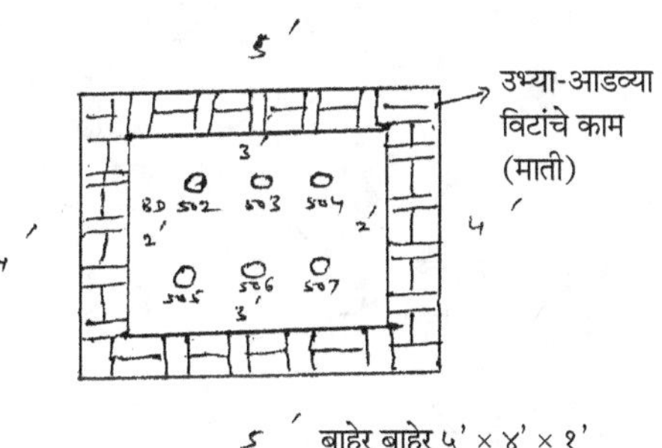

बाहेर बाहेर ५' × ४' × १'
आत आत ३' × २' × १'

सीपीपीचा जमिनीतील कुंड (बाजूने व वरून चित्र)

- ९० दिवसांत तयार झालेल्या सीपीपीमध्ये कीटकनाशकांचे गुणधर्म जास्त असतात, तर १२० दिवस ठेवलेल्या सीपीपीमध्ये पीकपोषक मूलद्रव्ये पुरवण्याचे गुणधर्म जास्त तर कीडनाशकांचे गुणधर्म कमी असतात.
- सहा महिन्यांपर्यंत सीपीपी वापरता येते.
- एका खड्ड्यातून ३५ ते ४० किलो सीपीपी मिळू शकते. त्यात भरपूर ह्यूमस असते. त्याला चांगल्या मातीचा सुगंध येतो.
- दोन किलो सीपीपी ४० ते ६० लीटर पाण्यात मिसळून, दर पंधरा दिवसाला डाळिंबावर फवारले तर सर्व मूलद्रव्ये मिळून पीक जोमाने वाढते.

नवीन सीपीपी करताना सुरुवातीला बॅक्टेरिया परिस्थितीशी जुळवून घेतात. बॅसिलस सबटिलीस नावाच्या बॅक्टेरिया सबटिलीन नावाचे अँटिबॅक्टेरियल एजंट द्रव्य तयार करतात. हे द्रव्य ६५ ते ९० दिवसांत तयार होते. बॅक्टेरिया मेल्यानंतर सीपीपीची स्टेशनरी फेज तयार होते. शेवटी ग्रोथ प्रमोटिंग स्टेज येते.

- सबटिलीस द्रव्य तयार होण्याची स्टेज - ६० ते ९० दिवसांनी

- स्टेशनरी फेज आणि ग्रोथ प्रमोटिंग स्टेज - या दरम्यान इंडोल ऑसिटिक ऑसिड (IAA), जिब्रेलिक ऑसिड (GA), कायनेटीन, टॉनिक हे ग्रोथ प्रमोटिंग एन्झाईम्स खूप प्रमाणात तयार होते.

महत्त्वाचे

- एक ग्रॅम सीपीपीमध्ये अब्जावधी जिवाणू असतात.
- बायोडायनामिक पद्धतीने उत्पादित अन्नात व जमिनीत फूड बॉर्न पॅथोजीन्स उदाहरणार्थ, साल्मोनिला, शिगेला, स्टेफायलोकॉकस हे अपायकारक जिवाणू तयारच होत नाहीत.
- बीडी ५०७च्या डेंडिलिऑनमध्ये फायटोऑलेक्झीन ही अँटिबॅक्टेरियल प्रॉपर्टी असल्याने रोगनाशक परिणाम मिळतो.
- सीपीपीचा वापर डिसेंडिग मून पिरियडमध्ये, पृथ्वी श्वास आत घेताना (Earth breathing in) करावा.
- एक किलो सीपीपी ४० लीटर पाण्यात मिसळून प्रति ०.४ हेक्टर जमिनीवर फवारावे. पानांवर फवारण्यासाठी एक किलो सीपीपी २० लीटर पाण्यात मिसळून फवारावे.

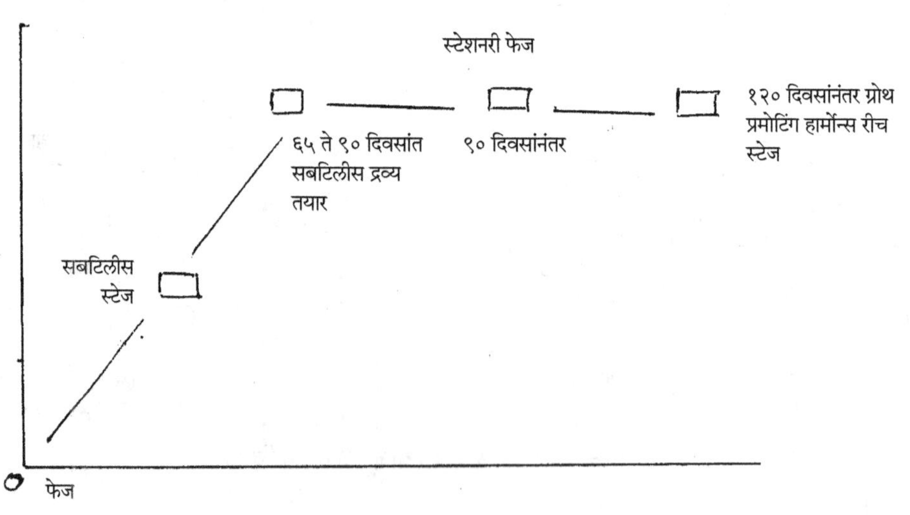

- फळझाडांवर, वृक्षावर, भाजीपाल्यावर वापर : पेरणीपूर्वी सायंकाळी जमिनीवर २५ लीटर पाण्यात २५ ग्रॅम बीडी ५०० मिसळून फवारावे. या फाउंडेशन फवारणीनंतर सीपीपी वापरल्याने अधिक प्रभावी परिणाम मिळतो.
- सीपीपीमुळे वाढवर्धक द्रव्ये वाढतात, सूक्ष्म जिवाणू अधिक सक्रिय होतात. मुळ्यांची वाढ जलद होते.
- एक किलो सीपीपी १५ लीटर पाण्यात मिसळून द्रावण उलटसुलट दिशेने १५ मिनिटे भोवरा करून नंतर झाडाच्या बुडाशी ड्रेंचिंग करावे. नंतर झाडाभोवती सेंद्रिय पदार्थांचे आच्छादन करावे.
- सीपीपी दोन वर्षे वापरता येते. पण त्याची साठवण योग्य प्रकारे हवी. उशिरात उशिरा एक वर्षात संपवण्याचा प्रयत्न करावा.
- गायींच्या गोठ्यात सीपीपी पाण्यासोबत १ : २० प्रमाणात रात्री फवारले तर माश्या होत नाहीत, घाण वास येत नाही.
- सीपीपी फवारलेल्या पानांवर बुरशी आत शिरत नाही.
- सीपीपी रोगनियंत्रण करत नाही, तर ते निवडून शत्रूंना पळवते. मात्र, त्या वेळी मित्रबुरशींना इजा करत नाही.
- सीपीपीमध्ये वाढवर्धक संप्रेरके ऑसिटिक ऑसिड, जिब्रेलिक ऑसिड, कायनेटीन, टॉनिक इत्यादी घटक आहेत.
- सीपीपीमध्ये ट्रायकोडर्मा, रायझोबॅक्टर, ऍझोटोबॅक्टर हे घटक असल्याने एकदल व द्विदल दोन्ही पिकांच्या बीजप्रक्रियेसाठी अत्यंत प्रभावी व उपयुक्त आहे.
- पेरणीपूर्वी बियाणे / कंद / रोपे / बेणे / कंद सीपीपी द्रावणात बुडवून लावले तर पिकाची उगवण चांगली होते. तसेच रोपांचे कीड-रोगापासून संरक्षण होते.
- भाजीपाल्यासाठी रोपे तयार करताना गादीवाफ्यावर सीपीपी द्रावणाचे ड्रेंचिंग करावे. रोपे काढताना व स्थलांतर करताना रोपांना शॉक लागत नाही.
- पीकवर्धक म्हणून पिकावर दर महिन्याला एक किलो सीपीपी ४० लीटर पाण्यात मिसळून जमिनीवर / पिकावर एक एकर क्षेत्रावर फवारणी केल्यास उत्पन्न वाढते.
- वृक्षलेप तयार करताना सीपीपीचा वापर केल्यास खोडावरील रोगापासून व जमिनीतून आक्रमण करणाऱ्या बुरशीपासून संरक्षण मिळते.
- झाडांच्या मुळी क्षेत्रात (मुख्य मुळ्या, तंतुमुळ्या, पांढरी मुळी) रायझोस्फियरमधील वाढीसाठी सीपीपी द्रावणाचे ड्रेंचिंग करावे. नंतर आच्छादन करून त्यावरही सीपीपी शिंपडल्यास फायदा होते.
- पिकात कीड व रोग प्रतिकारशक्ती वाढवते.
- सीपीपीमध्ये पीएच ८.६, इसी ०.११ डेसीसायमन, नत्र २.०९ टक्के, स्फुदर आणि पालाश ४.६८ टक्के, सेंद्रिय कर्ब १६.४ टक्के, ह्यूमिक ऑसिड ७.४ मिग्रॅ/किलो आहे (श्री. एम. एम. मुरुगप्पा चेट्टीयार रिसर्च सेंटर, थारामनी, चेन्नई ६०० ११२).
- बीडी प्रिपरेशन्सपासून तयार केलेल्या सीपीपीमध्ये प्रतिरोध जीव अँटागोनीज्म आढळून आले आहेत. त्यात प्रामुख्याने बॅसिलस, बिव्हेरिया, ट्रायकोडर्मा या उपयुक्त बुरशी आढळल्या आहेत (डॉ. ओ. पी. रूपेला, इक्रीसेंट, पटनचेरु, आंध्र प्रदेश).

निविष्ठा	सामू	इसी	नत्र %	स्फुरद %	पालाश %	सेंद्रिय कर्ब %	इंडोल ऑसिटिक ऑसिड %	कायनेटिन %	जिब्रेलिक ऑसिड
सीपीपी	८.६	०.११	२.०९	६.४	६.८	१६.४	२८.६	७.६	२३.६
गांडूळखत	६.६	०.०४	२.१२	२.०१	२.७	२७.३८	८.२	५.७	-
बीडी कंपोस्ट	७.३	०.०३	०.५	०.०३	०.७५	२७.४५	६.१	०.३	-

- सीपीपी हे गांडूळपाणीपेक्षाही जास्त उपयुक्त व परिणामकारक आहे, हे पुढील विश्लेषण अहवालातून दिसून येते.

पेपर क्रोमॅटोग्राफी इमेजप्रमाणे सीपीपीमध्ये वरील घटकांशिवाय क्रायोनिक कार्बन १६.४ टक्के व ह्यूमिक ऑसिड ७.४ मिग्रॅ/ग्रॅम आहे.

सीपीपी वापरण्याचे प्रमाण

बियाणे संस्कारासाठी	५०० ग्रॅम प्रति ०.४ हेक्टर
पिकांवर फवारणीसाठी	तीन किलो प्रति २०० लीटर पाणी
वृक्षलेप तयार करताना	एक किलो प्रति १०० झाड
जमिनीत खत म्हणून वापरताना	२.५ किलो प्रति ०.४ हेक्टर
द्रवरूप खत / कीटकनाशक तयार करताना	एक किलो प्रति ५० लीटर पाणी
बीडी कंपोस्ट तयार करताना	एक किलो प्रति कंपोस्ट ढीग

■ बीडी ५०० (भूमिसुधारक Cow Horn Manure)

साहित्य

- **देशी गायीचे शिंग :** मध्यम आकाराचे, ५ सेंमी परिघाचे, वासरापेक्षा दुभत्या गायीचे शिंग चांगले, शिंगावर विताचे रिंग हवेत. बैलाचे शिंग पोकळ असते, ते वापरू नये. टोकाला भरीव असलेले गायीचे शिंग वापरावे. हे शिंग बऱ्याच वेळा वापरता येते. अंदाजे एक ते सहा वर्षे वापरावे. शिंगातील खत हिरवे होत असेल तर शिंग बदलावे.

- **दूध देणाऱ्या गायीचे शेण :** निरोगी, दुभत्या गायीचे शेण, जिने बीडी / सेंद्रिय चारा खाल्ला आहे, ते वापरा. अशा चाऱ्यामध्ये कॅलिशअम भरपूर असते. त्यामुळे शेणातूनही भरपूर कॅलिशअम मिळते. भरडा धान्य खाल्लेल्या गायीचे शेण नको.

- **जमीन :** शिंग पुरण्यासाठी निवडलेली जमीन सपाट असावी, पाणी साचणारी नको. जमिनीच्या उंच जागेवर जिथे वृक्ष नाही, तिथे खड्डा खोदावा.

कृती

सुपीक, सपाट, पाणी न साचणाऱ्या जमिनीत खड्डा करावा. खड्ड्याचा अर्धा भाग सकस मातीने व

अर्धा गांडूळविरहित बीडी कंपोस्टने भरावा. नंतर शिंगामध्ये शेण थोडे ओले करून हलक्या हाताने भरावे. थोडे-थोडे शेण टाकून जमिनीवर टॅप करून शिंग शेणाने पूर्ण भरावे. नंतर शिंगाचे टोक वरच्या बाजूला धरून जमिनीत ७५ सेंमी (१.२५ फूट) खोलीवर पुरावे. ०.७५ ते १.५ मीटर (अडीच ते पाच फूट) खोलही पुरता येते. शिंगाच्या टोकावर कमीत कमी १५ सेंमी (सहा इंच) माती राहील याची दक्षता घ्यावी.

नवरात्रात (साधारण ऑक्टोबरमध्ये) शिंगे पुरावीत व चैत्राच्या नवरात्रात (साधारण मार्चमध्ये) काढावीत. सहा महिने ती जमिनीत राहिली पाहिजेत.

काळजी

- खड्ड्यावर सावली हवी. खड्ड्यात गांडुळे होऊ नयेत म्हणून काळजी घ्यावी. खड्ड्यावर कच्चे शेण टाकल्यास गांडुळे तिकडेच राहतील.
- खड्ड्याभोवती व वर तण होऊ देऊ नये.
- कोणत्याही झाडाची मुळी खड्ड्यात शिरू देऊ नये.
- शिंगे एकमेकांपासून पाच ते दहा सेंमी (दोन ते चार इंच) दूर स्वतंत्रपणे पुरावीत.
- गांडुळे होऊ नयेत म्हणून चार महिन्यांनी शिंगे बाहेर काढून पुन्हा पुरावीत.
- शिंगे काढल्यानंतर त्यातील खत चांगले कुजलेले, आकुंचन पावलेले, सुटसुटीत व मोकळे असावे. त्याला मधुर सुगंध असावा. हा गंध ऑक्टिनोमायसिट्सचा असतो. त्यावर पांढरी, पिवळी बुरशी दिसली तर घाबरू नये. लहान किडेही दिसतील. पण त्यामुळे कोणतेही नुकसान होत नाही.

बीडी ५०० चा वापर

- ०.४ हेक्टरसाठी २५ ते ३० ग्रॅम बीडी ५०० जमिनीवर शिंपण्यासाठी पुरते.

- २० लीटरच्या प्लास्टिक बकेटमध्ये १५ लीटर पाणी घ्या.
- सर्वांत उत्तम पावसाचे पाणी बीडी ५०० साठी वापरावे किंवा पाणी उघड्यावर ठेवून उन्हाने गरम झालेले असावे किंवा विस्तवावर कोमट केलेले (विद्युत उपकरणाने गरम केलेले नको) पाणी वापरावे. त्यात क्लोरीन नसावे. बोअरवेलच्या पाण्यात लोह, अॅल्युमिनिअम, कॅल्शिअम नसावे.
- कोणतेही पाणी घेतले तर ते वापरण्यापूर्वी हवेत काही दिवस उघडे ठेवून सजीव, सचेतन (Enliven) करावे किंवा व्हिरबेला फ्लो फॉर्ममध्ये एक तास ठेवावे.
- ढवळणे : एक स्टूल घेऊन बसा. २० लीटरच्या बादलीमध्ये १५ लीटर पाणी घेऊन त्यात २५ ते ३० ग्रॅम बीडी ५०० टाकल्यावर काठीने मिश्रण ढवळायला सुरुवात करा. झाडाखाली किंवा घरी बसूनही हे करता येते. एवढेच की, मिश्रण ढवळल्यानंतर एक तासाच्या आत ते शेतात शिंपडले पाहिजे.
- मनगटाने काठी फिरवून भोवरा तयार करा. बादलीच्या काठाकाठाने सुरुवात करत हळूहळू काडी सेंटरमध्ये आणून फिरवण्याचा वेग वाढवा. उजव्या हाताने घड्याळाच्या काट्याच्या दिशेने व डाव्या हाताने घड्याळ्याच्या काट्याच्या विरुद्ध दिशेने फिरवा.
- एका मिनिटात तीन वेळा मिश्रण फिरवून पूर्ण झाले पाहिजे. भोवरा तळापर्यंत गेला पाहिजे. अशा पद्धतीने ४५ मिनिटे बीडी ५०० द्रावण ढवळल्यानंतर द्रावणात २५० ग्रॅम सीपीपी मिसळून आणखी १५ मिनिटे म्हणजे एकूण एक तास सतत न थांबता द्रावण ढवळले पाहिजे.

- ३० मिनिटे मिश्रण ढवळल्यानंतर पाणी चोपडे (Slippery) व थोडे आटल्यासारखे (Viscous) ढवळायला सोपे बनते. हे द्रावण सचेतन होते. भोवऱ्यामुळे हवेतील प्राणवायू प्रत्येक थेंबात शिरून कॉस्मिक फोर्सेस पाण्यात एकवटतात व डायनामाईझ करतात.

- बीडी ५०० चा २५ ग्रॅमचा गोळा मातीसारखा दिसतो. त्यात अडीच अब्ज जिवाणू प्रति ग्रॅम असतात. त्यात योग्य ओलावा, रंग, ह्यूमस व सकसता असते. ते शिंपडल्यावर संपूर्ण शेतावर फाउंडेशन स्प्रे करून जमीन पेरणीयोग्य केली जाते. ते अतिशय प्रभावी व सशक्त विरजण (Strong culture) आहे.

- बीडी ५०० गायीच्या शेणापासून तयार होते. पचनामध्ये गाय सुप्रीम एक्सपर्ट आहे. तिची पचनसंस्था प्रचंड क्षमतेची व विविधतेची असते. गवत जमिनीवर उगवते. गाय ते गवत खाते. त्याचे पचन करून शेण देते. शेणात सर्व अर्क उतरतो. त्यापासून बीडी ५०० तयार होते.
  गवत - गाय दोन्ही लाइव्ह - शेण लाइव्ह - मायक्रोब्ज लाइव्ह - जमीन लाइव्ह तयार करते.

- २५ ग्रॅम बीडी ५०० + १५ लीटर पाणी हे मिश्रण एक तास उलटसुलट ढवळल्यानंतर ०.४ हेक्टर क्षेत्रावर लिंबाच्या डहाळीने किंवा झाडून समान शिंपडावे.

- शिंपडताना आपल्या ४.५ मीटर (१५ फूट) डावीकडे व ४.५ मीटर (१५ फूट) उजवीकडे एकूण नऊ मीटर (३० फूट) जमिनीवर थेंब जातील याची काळजी घ्यावी.

- मिश्रण तयार केल्यापासून एक तासात शिंपडून संपवावे.

२५ ग्रॅम बीडी ५०० हे ०.४ हेक्टरला कसे पुरते ?

मिश्रणाच्या प्रत्येक थेंबाचा कण एक गुरू आहे. एकेक गुरू विद्यार्थ्यांना शिकवतो, शहाणा करतो, त्याच्यासारखा सज्ञान, सशक्त करतो तो गुरूंचा समूह आहे; पण गुरूलाही तहानभूक आहे. त्यालाही कंपोस्टरूपी अन्न लागते, पाणीरूपी ओलावा पाहिजे म्हणून बीडी ५०० देताना कंपोस्ट व ओलावा हवा.

- रासायनिक खतांमुळे जमीन बहिरी होते. जिवाणुशून्य झाल्याने संवेदनाहीन होते. याउलट, बीडी प्रेप्समुळे रेडिओ, टीव्ही, मोबाईलसारखे हवे ते चॅनल, हवे ते पीक, हवे तेवढे, हवे तिथून मूलद्रव्ये / अन्न घेऊ शकते.

- बीडी प्रेप्स योग्य ते स्टेशन लावते. विविध फोर्सेसमधून विशिष्ट व हवे ते फोर्सेस ओढून घेते व स्वतः वाढण्यासाठी वापरते. असंख्य ब्रह्मांडीय फोर्सेसमधून हवे ते फोर्सेस ओढून घेण्याची क्षमता बीडी कंपोस्ट टाकल्यामुळे तयार होते.

- जमीन म्हणजे मुलाची (पिकाची) आई आहे. तिला बीडी ५०० अन्न पुरवते. सूक्ष्म जिवाणू वाढवून जमीन समृद्ध करते. पिकाची पोटाची भूक भागवते.

- जिथे बीडी ५०० शिंपडायचे आहे त्याच जमिनीत बीडी ५०० साठी शिंग पुरून नंतर वापरावे. स्थानिक शेण, स्थानिक शेतजमीन, स्थानिक जिवाणू यांची स्थानिक वाढ होण्याची क्षमता जास्त असते. बाहेरून लांबून तयार करून बीडी वापरणे योग्य नाही.

- बीडी ५०० वापरताना जमीन गरम व ओलसर हवी.

- शिंगे वायरिंग, इलेक्ट्रिक टॉवर लाईन वायरिंगखाली पुरू नयेत.

बीडी ५०० केव्हा वापरावे?

* वर्षातून किमान चार वेळा वापरावे किंवा जून व ऑक्टोबरमध्ये दोन-दोन वेळा शिंपडावे. त्याने जमिनीची रचना बदलते.
* पेरणीअगोदर बायोडायनामिक कॅलेंडरमधील डिसेंडिंग पिरियडमधील तारखेला (सूर्य, चंद्र दक्षिणायनात असताना) बीडी ५०० वापरा.
* जमीन द्रावणाने संपूर्ण भिजवण्याची गरज नाही. बीडी ५०० मिश्रणाचा एक थेंब ५० ते २०० मीटर (१५० ते ६०० फूट) पर्यंत परिणाम करतो.
* चंद्र, शनि, पृथ्वी एका रेषेत येण्याच्या (MOS) दिवशी बीडी ५०० वापरावे.
* फळझाड लागवडीआधी खड्डा खोदल्यावर, पेरणीपूर्वी, रोप लावणीनंतर, पीक दोन ते चार पानांवर असताना फवारावे.

फायदे

* दोन वर्षे बीडी ५०० वापरले तर जमिनीत ह्यूमसच्या प्रमाणात वाढ होते, सुपीकता वाढते, जमीन भुसभुशीत होते.
* सूक्ष्म जिवाणूंच्या संख्येत, गांडुळांच्या संख्येत वाढ होते. फ्युजेरियम सेमीटाटम, एफ. स्पोरोट्रायकॉईड व सिन्सेफालस्ट्रम रेसेमोसम या उपयुक्त बुरशी वाढतात.
* जमिनीची जलधारण क्षमता वाढते.
* पिकांची मुळे खोलवर गेल्याने मूलद्रव्ये प्राप्त होतात.
* जमिनीत ऑझोटोबॅक्टर, रायझोबियम, पीएसबी, व्हॅम, ऑक्टिनोमायसिट्स, प्रोटोझोआ वाढतात व ३० सेंमी जमिनीत गांडुळे, मुंग्या, मिलीपीड्सही वाढतात.
* सॉईल स्ट्रक्चर, सॉईल टेक्स्चर, द्विदल पिकांच्या नोड्युल्स, गांडुळांची सक्रियता, रूट पेनिट्रेशन, पाणी धरून ठेवण्याची क्षमता

वाढवते व पाण्याची गरज ५० टक्क्यांनी कमी करते.

* मातीचा सामू ५.८ ते ६.५ राहतो, जो पीकवाढीस पोषक आहे.
* हिवाळ्यात पानांची वाढ मंदावते; पण पांढरी मुळी खूप वाढत असते.
* बीडी ५०० मध्ये सकस जमिनीपेक्षा १५ पट ऑक्टिव्ह जिवाणू व गांडूळ खतापेक्षा दुप्पट कस / ताकद असते.
* बीडी ५०० मध्ये विशेषतः बॅसिलस वर्गातील प्रतिरोधक जीव पिकाचे रोगांपासून संरक्षण करतात.
* बीडी ५०० मधील शेणात असणाऱ्या कॅल्शिअम फोर्सेसमुळे जमिनीवर इष्ट परिणाम होतो.

■ बीडी ५०१

बीडी ५०१ हा बायोडायनामिक पद्धतीने तयार केलेला सिलिका आहे, जो पिकांना प्रकाश-संश्लेषण क्रियेत मदत करतो. तसेच कोशिकांची भिंत मजबूत करतो. ज्यामुळे भुरी, घुबडा, तांबेरा यासारख्या बुरशीजन्य रोगांपासून पिकांचे संरक्षण होते. याच्या उपयोगाने दाण्यांच्या आकारात व फळांच्या आकारात वाढ होते. फळे, भाजीपाला यात टिकाऊपणा, ताजेपणा येऊन नैसर्गिक स्वाद मिळतो. अवेळी होणारी फूलगळ व फळगळ थांबते.

साहित्य

गायीची शिंगे : कत्तलखाने किंवा शिंगापासून कलाकुसरीची कामे करणाऱ्या उद्योजकांकडून गायीची शिंगे मिळवावीत. बैलाचे शिंग घेऊ नये. गायीच्या शिंगावर वर्तुळे (रिंग्ज) स्पष्ट दिसतात. त्याचे टोक भरीव असते. बैलाच्या शिंगावर वर्तुळे नसतात आणि टोकही पोकळ असते.

- अतिशय उत्तम प्रतीचे क्लिअर क्वॉर्ट्झ क्रिस्टल (सिलिकॉन डॉयऑक्साईड) एका लोखंडी किंवा स्टीलच्या भांड्यात बारीक कुटतात. पुन:पुन्हा कुटून, चाळून अत्यंत बारीक पावडर तयार करतात. ही पावडर टाल्कम पावडरसारखी दिसते. त्यावर थोडे पाणी शिंपडून ती हळुवारपणे शिंगात भरतात.

- बीडी ५०० प्रिपरेशनच्या वेळी जसे आपण शिंगात शेण भरले, त्याच पद्धतीने शेणाऐवजी किंचित पाणी मिसळलेली स्फटिकाची पेस्ट शिंगात भरावी.

- शिंगे रात्रभर ठेवतात. त्यामुळे त्यातील जादा पाणी वर येऊन तरंगते. ते काढून टाकावे. त्यामुळे आतील पेस्ट घट्ट होईल.

- मार्च-एप्रिलमध्ये शिंगे पुरतात व सप्टेंबर-ऑक्टोबरमध्ये ती बाहेर काढतात. या सहा महिन्यांत ती जमिनीतील ऊर्जा शोषून घेऊन पावडर एनर्जाईज करतात.

- बीडी कॅलेंडरमधील असेंडिंग पिरियड तारखेला शिंगे पुरतात. नोड टाळला पाहिजे.

- सहा महिन्यांनी तयार झालेले बीडी ५०१ उन्हात पसरून वाळवतात. नंतर ते स्वच्छ काचेच्या पारदर्शी भांड्यात उजेडात ठेवतात. बीडी ५०१ अंधारात ठेवू नये.

उपयोग

- बीडी ५०० प्रमाणेच याचेही द्रावण उलटसुलट भोवरा करत ढवळून फवारले पाहिजे.

- एक ग्रॅम बीडी ५०१, १५ लीटर गरम किंवा कोमट पाण्यात सूर्योदयापूर्वी नोझल उलटे करून, उंच धरून हवेत फवारतात. नोझलची दिशा पिकांवर अथवा जमिनीकडे असू नये.

- फवारलेले द्रावण एक एकर क्षेत्रावर पुरले पाहिजे, त्या दृष्टीने पिकाच्या दोन ओळीत,

वाऱ्याची दिशा पाहून झाडांवर द्रावणाचे सूक्ष्म थेंब सावकाश स्थिरावतील या दृष्टीने व त्या वेगाने फिरवावे. वारा वेगात वाहत असेल तर दोन-तीन ओळींवर फवारा जाईल अशा बेताने १५ लीटर द्रावण एक एकरावर संपवावे. पानांवर द्रावण पडले तर पाने करपतात.

- सूर्योदयापूर्वी एक तास द्रावण ढवळणे चालू केले पाहिजे.

- ढवळल्याने बीडी ५०१ मधील जिवाणू क्रियाशील होऊन ते अॅरिथमॅटीक पद्धतीने म्हणजे २ × २ = ४, ४ × ४ = १६, १६ × १६ = २५६ असे प्रचंड वेगाने वाढतात.

- शिंगे उन्हाळ्यात जमिनीत पुरल्यामुळे क्वार्ट्झमधील सिलिका फोर्सेस / एनर्जी प्रभावी असते. त्याने प्रकाश-संश्लेषण आणि रोगप्रतिकारशक्ती वाढते.

- पहिली फवारणी पीक दोन ते चार पानांवर असताना, दुसरी फवारणी फळधारणेवेळी करावी, फुलावर असताना नको.

- बीडी ५०१ ची फवारणी दर वर्षी चार ते पाच वेळा करावी.

- फवारणी वेगवेगळ्या पिकांवरील बीडी कॅलेंडरप्रमाणे लागवडीच्या तारखेस; परंतु उत्तरायणमध्ये येणाऱ्या तारखेस केल्यास अधिक फायदेशीर ठरते.

- दर महिन्याला एका वेळेस चंद्र व शनि समोरासमोर येतात तेव्हा फवारणी केल्यास अधिक फायदा मिळतो.

- सायंकाळी जमिनीवर बीडी ५०० + सीपीपी शिंपडून दुसऱ्या दिवशी पहाटे बीडी ५०१ पिकांवर हवेत फवारल्यास चांगला परिणाम मिळतो.

- बीडी ५०१ मधील सिलिकामुळे सूर्य, मंगळ, गुरू व शनि या ग्रहांपासून निघणारा प्रकाश व उष्णता शोषली जाते.
- वरील कारणांमुळे बीडी ५०१ सूर्योदयापूर्वी हवेत फवारले जाते.
- बीडी ५०१ हे बीडी ५०० च्या पुढचे काम करते.
- बीडी ५०० ने जमिनीतून उपलब्ध केलेली मूलद्रव्ये वर पानात ओढून घेण्याचे काम बीडी ५०१ करते व अन्नरसाचा वहनवेग वाढवते.
- झाडाची सुयोग्य वाढ (ना कमी ना जास्त) व आकार देण्यास मदत करते.
- बीडी ५०० व बीडी ५०१ मुळे जमिनीतील फोर्सेस व सूर्यमंडलाचे फोर्सेस यांचे संतुलन साधले जाते.
- एक तास ढवळल्यानंतर बीडी ५०१ ची सक्षमता (पोटेन्सी) तीन तास राहते. त्यामुळे ते तीन तासांच्या आत फवारले गेले पाहिजे.
- बीडी ५०१ एका काचेच्या बरणीत ठेवून त्यावर रोज सकाळची सूर्याची किरणे पडतील अशा पद्धतीने ठेवा. अंधारात कधीही ठेवू नका.
- बीडी ५०१ लेन्ससारखे काम करून सूर्याची उष्णता व प्रकाश एकत्रित करून आपल्या पिकांपर्यंत पोहोचवते.
- डाळिंबावर फेब्रुवारीपर्यंत दर महिन्याला बीडी ५०१ MOS दिवशी फवारावे.
- बीडी ५०१ फवारणीमुळे प्री-मॅच्युरिटी येऊ शकते.
- प्रत्येक झाडांना सिलिकॉनची गरज असते. त्यांच्या मदतीनेच झाड हवेतून कर्ब, नत्र, प्राणवायू, ऊर्जा व सूर्यप्रकाश घेते.
- बीडी ५०१ हवेत फवारल्यावर वातावरणातील ऊर्जा, हवा, इन्फॉर्मेशन, कलर (रंग) ओढून पिकांना पुरवतात.
- पिकांना - फळांना आकार, दर्जा, परफेक्शन देण्याचे कार्य करते.
- बीडी ५०१ मध्ये तीन अब्ज सूक्ष्म जिवाणू आहेत. त्यांच्यामुळे फळांची गुणवत्ता, आकार, टिकाऊपणा वाढतो, झाड कणखर बनते. कोशिकांची भिंत मजबूत झाल्यामुळे रस शोषणाऱ्या किडींपासून व बुरशीपासून संरक्षण मिळते.
- बीडी ५०१ मध्ये उपयुक्त Fusarium moniliformae, Penicellium, Chrysogenum, Syncephalastrum recemosum या मित्रबुरशी आहेत.
- कॅल्शिअम व सिलिका यांचा संतुलित परिणाम घडवण्यास मदत करते.
- द्राक्षात साखरेचे प्रमाण, तर डाळिंबात रस आणि त्याची चव वाढवते.
- झाडांची उंची, पाने-फुले यांची संख्या वाढवते. सूक्ष्मदर्शक यंत्रासारखे काम करून सूर्याची उष्णता व प्रकाश यांचा समन्वय पिकाशी करण्यास मदत करते.
- पानाच्या भित्तिकेभोवती कडक, कणखर आवरण तयार करते. त्यामुळे रसशोषक किडींना सोंड खुपसता येत नाही. सिलिकायुक्त रस शोषल्याने त्यांचे जबडे जखमी होतात. म्हणून त्या त्यापासून दूर राहतात.
- पांढऱ्या माशीपासून संरक्षण मिळते.
- निसर्गातील हवामानातील बदल, तापमान, थंडी, वारा, इत्यादी प्रतिकूल परिस्थितीत पाने कणखर असल्याने पीक कणखर राहते. कमी पाण्यातही पीक तग धरते.

- जगभरातील शास्त्रज्ञ जिरायती व दुष्काळी परिस्थितीत पिकांसाठी बीडी ५०१ (सिलिका) वापरण्याची शिफारस करतात.
- बीडी ५०१ फवारल्याने पानांवर पातळ थर तयार होतो. उन्हाळ्यात ही तीव्र किरणे परावर्तीत होतात.

■ बीडी द्रवरूप खत / कीटकनाशक

बायोडायनामिक द्रव खत / कीटकनाशक तयार करून फवारण्याचे वैशिष्ट्य असे आहे, की आपल्याला पीकवाढवर्धक अधिक हवे असेल किंवा कीडनाशकाचा प्रश्न त्याहून अधिक गंभीर असेल तर आपल्या गरजेनुसार घटक बदलून हे मिश्रण बनवता येते. हे पुढील तपशिलावरून अधिक स्पष्ट होईल.

साहित्य

गरजेनुसार पुढीलपैकी एक किंवा अधिक वस्तू निवडा.

१. **नत्रासाठी :** गिरिपुष्प, पांगारा (इरिश्निनिया), अगस्ती वा हादगा (सस्बेनिया), सुबाभूळ, ताग / बरू, चवळी, घोडा हरभरा (हॉर्स ग्रॅम), अल्फाल्फा इत्यादी द्विदल वनस्पतींची पाने, बरसीम, लुसर्ण, गोमूत्र

२. **पेंडी / ढेप :** निंबोळी, एरंडी, पोंगामिया (करंज), फिशमील, गायीचे शेण, किचन वेस्ट, मासळी वेस्ट

३. **स्फुरदासाठी :** गायीचे शेण, कोंबडी विष्ठा खत, कबुतर विष्ठा

४. **पालाशसाठी :** वटवाघूळ विष्ठा, सागरी तण (सी वीड्स)

५. **सूक्ष्म मूलद्रव्यांसाठी :** सागरी तण, काँग्रेस तण, रोजमारी (yarrow) वनस्पती

६. **कीडनाशकासाठी :** निंबोळी, रुई / रुचकी, झेंडू, धोतरा, मोगली एरंड, घाणेरी

७. **बुरशीनाशकासाठी :** सुरू, बीडी प्रिपरेशन्स ५०२ ते ५०७, सीपीपी

८. **औषधी वनस्पती :** निंबोळी, बेशरम, सीताफळ, कन्हेर, अडुळसा, पपई, रुचकी

कृती

- २०० लीटरच्या प्लास्टिक ड्रममध्ये ५० लीटर पाणी घ्या. त्यामध्ये १० किलो शेण मिसळा. औषधी वनस्पतींचे तुकडे करून - १५ किलो नत्रयुक्त वनस्पतींची पाने - १० किलो गोमूत्र - १० लीटर, सीपीपी - १ किलो, सूक्ष्म मूलद्रव्यांची वनस्पती - ५ किलो
- सर्व वस्तू ड्रममध्ये टाकून काठीने दाबून घ्या. द्रावणाला रोज सकाळ-संध्याकाळ हलवा. हे मिश्रण एक आठवडा मुरवा.

पर्यायी कृती

- २०० लीटरची प्लास्टिक टाकी घ्या.
- पाऊण ड्रम वनस्पतींच्या पानाफुलांनी भरा.
- तेलाची ढेप किंवा पेंडीसाठी १२.५ किलो ढेप ड्रममध्ये वापरा.
- एक-तृतीयांश ड्रम शेणाने भरा.
- सगळ्या वस्तू पूर्ण बुडेपर्यंत ड्रममध्ये पाणी भरा.
- बीडी प्रिपरेशन ५०२ ते ५०६ चा प्रत्येकी एक-एक ग्रॅमचा सेट सीपीपीच्या बॉलमध्ये ठेवा. तो नारळाच्या काथ्यात किंवा मोठ्या पोत्यात गुंडाळून ड्रममधील वस्तूंच्या आत ठेवा.
- बीडी ५०७ थोड्या पाण्यात मिसळून ड्रममध्ये टाका.
- बीडी ५०७ ऐवजी आलटूनपालटून ५० ग्रॅम सीपीपी वापरता येते.
- ड्रममधील वस्तू द्रावणावर तरंगू नयेत म्हणून ड्रममध्ये तीन विटकरींचे ओझे ठेवा.
- ड्रम पोत्याने झाका. त्याने द्रावणाचे बाष्पीभवन होणार नाही.

- दररोज सकाळ-संध्याकाळ १०-१५ मिनिटे मिश्रण ढवळा. मिश्रण एक ते दीड महिन्यापर्यंत सडवा.

वापर

- वापरण्यापूर्वी द्रावण १० मिनिटे ढवळून नंतर वापरा.
- **जमिनीत देण्यासाठी :** एक लीटर द्रावण / १० लीटर पाणी
- **फळझाडांना खोडाजवळ ड्रेंचिंग :** अर्धा लीटर प्रति झाड
- **पानांवर फवारणीसाठी :** एक लीटर / २० लीटर पाणी
- फवारणी पौर्णिमेच्या दोन दिवस आधी करावी.
- दर दोन आठवड्याला सीपीपी व बीडी द्रवखत, पीक काढण्यापूर्वी दोन आठवड्यांपर्यंत फवारावे.

फायदे

- बीडी द्रवखतामुळे पिकाला उपलब्ध अवस्थेतील मूलद्रव्ये, ह्यूमिक ॲसिड व उपयुक्त सूक्ष्म जिवाणूंचा समूह मिळतो.
- उपयुक्त सूक्ष्मजीव, यीस्ट, जिवाणू, बुरशी, प्रोटोझोआ इत्यादींच्या जैविक विविधतेमुळे पिकात कीड-रोग प्रतिकारशक्ती निर्माण होते.
- बीडी द्रवखतात नैसर्गिक बुरशीरोध गुणधर्म असल्याने बटाटे, टोमॅटोवरील करपा रोग, द्राक्षावरील डाउनी मिल्ड्यू, शेंगवर्गीय व स्ट्रॉबेरीवरील ग्रेमोल्ड रोग यांपासून संरक्षण मिळते.
- पालेभाज्यांमध्ये बीडी द्रवखताचा वापर केल्याने पिकाची वाढ चांगली होते, चवीत वाढ होऊन उत्पादनही वाढते.
- कंपोस्ट खतातील पोषकता वाढवण्यासाठी कंपोस्ट ढिगामध्ये १० लीटर द्रवखत मिसळून शेतात द्यावे.

विशेष गुण

द्रवखताच्या माध्यमाने काही प्रमाणात तणांचेही नियंत्रण करता येते. याकरिता द्रवखतासाठी वापरल्या जाणाऱ्या वनस्पतींमध्ये तणांचा वापर जास्त करावा (विशेषत: ज्या तणांचा प्रादुर्भाव जास्त आहे). या मिश्रणास प्रामुख्याने बीडी कॅलेंडरमधील तारखेला पालेभाज्यांच्या तिथीत ढवळावे व त्याचा वापरही या तिथीत करावा. या द्रवखताची पानवर्गीय तारखेत– विशेषत: चंद्र कर्क राशीत असताना– फवारणी केली असता उत्तम परिणाम मिळतील.

ज्या क्षेत्रात तणांचा प्रादुर्भाव जास्त आहे, त्या क्षेत्रात संध्याकाळच्या वेळी सलग तीन दिवस फवारणी केली असता त्या तणांपासून काही प्रमाणात सुटका मिळते, तसेच महागड्या रासायनिक तणनाशकांपासून दूर राहता येते.

■ बीडी वृक्षलेप (ट्री पेस्ट)

डाळिंबासह सर्व फळझाडांच्या खोडाला औषधी लेप लावणे अत्यंत गरजेचे आहे. खोडांवर येणाऱ्या किडी, जमिनीतून खोडामार्गे होणारे बुरशीजन्य रोग यावर प्रतिबंध घालण्यासाठी झाडाच्या खोडाला संरक्षक कवचरूपी लेप लावावा.

साहित्य

१. देशी गायीचे शेण : १५ किलो (मूलद्रव्य पुरवणारे)

२. लाल / वारुळाची माती : १५ किलो (खोडाला चिकटून बसण्यासाठी व जिवाणूयुक्त)

३. चाळलेली वाळू : १५ किलो (खोडसालीचा संरक्षक)

४. सीपीपी - अर्धा किलो, बीडी ५०० - २.५ ग्रॅम, बीडी ५०१ - १ ग्रॅम : १५ लीटर पाण्यात मिसळून उलटसुलट भोवरा करत ढवळलेले मिश्रण

वरील सर्व मिश्रण एकजीव करून कणकेसारखे मळावे. आवश्यकतेनुसार पाणी मिसळून जवळजवळ ५० लीटर पेस्ट तयार करावी. पोत्याच्या बारदान्याने खोड आधी घासून-पुसून स्वच्छ करावे. जाळी, कचरा काढून टाकावा. तयार केलेली पेस्ट ब्रशने झाडाच्या खोडाला चांगली चोपडावी. गॅप भरावेत. रिकामी जागा ठेवू नये. खोडाला पूर्णपणे तर मुख्य फांद्यांना जमेल तेवढे व्यवस्थित लावावे.

फायदे

- वृक्षलेप झाडाला ऊब व मजबुती देते.
- झाडांच्या सालीचे तसेच कॅम्बियम पेशीचे संरक्षण करून झाडाला स्वस्थ बनवते.
- झाडांच्या खोडावरील तसेच फांद्यांच्या जखमा भरण्यास मदत करते.
- रोगांपासून झाडाचे रक्षण करता येते.
- छाटणीनंतर वृक्षलेप लावल्याने झाडांच्या जखमांवर उपचार करता येतो. शिवाय, झाडाच्या वाढीला प्रेरित करतो.
- झाडाला बुरशीजन्य, डायबॅकसारख्या रोगापासून संरक्षण मिळते.
- डाळिंबाच्या खोडकिड्यांना प्रतिबंध करते.
- डाळिंबाच्या लागवडीनंतर १४ महिन्यांनी खोडाला वृक्षलेप लावावा.

■ पंचगव्य

सर्वच पिकांमध्ये नैसर्गिक प्रतिकारशक्ती निर्माण करण्यासाठी पंचगव्याचा वापर करणे आवश्यक आहे. ते पीकवर्धक, कीडरोगरोधक / प्रतिसारक, कीडरोगनाशक, प्रत सुधारक, विषाणूविरोधक, पीकसंरक्षक, प्रतिक्षमता निर्माण करणारे आहे. हे बहुगुणी औषध घरीच तयार करता येते.

पंचगव्यामध्ये गायीपासून मिळणाऱ्या पाच पदार्थांचा (शेण, गोमूत्र, दूध, तूप, दही) वापर करण्यात येतो, म्हणून त्याला पंचगव्य म्हणतात.

१. देशी गायीचे ताजे शेण - पाच किलो (ॲक्टिनोमायसिट्स, मिनरल्स, मायक्रो-ऑर्गॅनिझम न्यूट्रिअन्ट्स)

२. गोमूत्र - तीन लीटर (पीकवर्धक, ऑरगॅनिक युरिया, न्यूट्रिअन्ट्स, अँटिव्हायरस)

३. गायीचे दूध - तीन लीटर (सॅप्रोफायटिक मायक्रोब्ज, अँटिव्हायरल, जीवनसत्त्वे, न्यूट्रिअन्ट्स)

४. गायीच्या दुधाचे दही - २ लीटर (लॅक्टोबॅसिलस बॅक्टेरिया, अँटिबायोटिक, अँटिव्हायरल, डिसिज प्रोटेक्टर)

५. गायीचे तूप किंवा एरंडी तेल : अर्धा किलो (लिनोलिकासिड, अँटिव्हायरल, अँटिऑक्सिडंट्स, डिसिज प्रोटेक्टर)

६. उसाचा रस किंवा गूळ अर्धा किलो + पाणी तीन लीटर यांचे द्रावण - तीन लीटर (फूड अँड अट्रॅक्टंट्स फॉर मायक्रोब्ज)

७. शहाळ्याचे पाणी / हिरवे कच्चे नारळ पाणी - तीन लीटर (अँटिव्हायरल, डिसिज प्रोटेक्टर, सायटोकिनीन, ग्रोथ पॅरामीटर आणि फर्मेंटेशन ऑक्सिलरेटर)

८. ताडी किंवा १०० ग्रॅम यीस्ट + १० ग्रॅम गूळ + एक लीटर कोमट पाणी किंवा द्राक्षाचा रस - दोन लीटर (दुर्गंधीनाशक)

९. पिकलेली केळी - १२ नग (मायक्रो-ऑर्गॅनिझम)

देशी गायीचे ताजे शेण व मूत्र प्लास्टिकच्या किंवा सिमेंटच्या टाकीत एकत्र करावे. त्यात तूप घालून भरपूर ढवळावे. तीन दिवस ढवळत राहावे. नंतर त्यात उरलेले घटक ओतावेत.

टाकी सावलीत ठेवून रोज सकाळ-संध्याकाळ भरपूर ढवळा. नाहीतर तूप वर-वर राहील.

१९ दिवस मिश्रण ढवळल्यावर विसाव्या दिवशी ते वापरता येते.

घट्ट झाल्यावर त्यात पाणी मिसळावे.

वापर

- **बीजसंस्कार :** बियाणे पेरणीआधी २० मिनिटे ३ टक्के द्रावणात (३०० मिली १० लीटर पाण्यात) बुडवून नंतर पेरा. हळद, आले, कंद, उसाचे बेणे अर्धा तास बुडवा.
- **फवारणी (सर्व पिकांसाठी) :** पेरणीनंतर २० दिवसांनी ३ टक्के द्रावणाच्या दोन फवारण्या १५ दिवस अंतराने करा.
- **पाण्यासोबत :** पाटाच्या पाण्यासोबत हेक्टरी ५० लीटर (आंबा मोहोर गळत नाही, मिरचीची फूलगळ होत नाही, लिंबाला नियमित फुलोरा येतो.)
- **बियाणे साठवणुकीसाठी :** ३ टक्के पंचगव्याच्या द्रावणात १५ मिनिटे बियाणे बुडवून नंतर सावलीत वाळवून साठवावे व पुढील पेरणीसाठी वापरावे. बियाण्याला कीड लागत नाही तसेच उगवणशक्ती चांगली राहते.
- **गांडूळ बेडवर :** ३ टक्के द्रावण फवारावे. त्यामुळे गांडुळांची संख्या वाढते.
- **पशुखाद्यामध्ये :** पशुखाद्य किंवा पेंडी यासोबत पंचगव्य मिसळून खाऊ घातल्यास गाय-म्हैस यांचे दूध वाढते.
- **केळीचे कमळ तोडल्यावर :** ३ टक्के पंचगव्य द्रावणात घड बुडवला तर केळीचा आकार वाढून चकाकी येते.

केव्हा फवारावे ?

- **मोहर किंवा फुले येण्यापूर्वी (किंवा रोपे लावणीनंतर २० दिवसांनी) :** १५ दिवसांतून एक वेळ फवारणी (अशा दोन फवारण्या पिकाच्या कालावधीनुसार)
- **फुले असताना किंवा लहान फळे असताना :** १० दिवसांतून एक फवारणी (अशा दोन फवारण्या)
- **फळ किंवा शेंग पक्व होण्याची वेळ :** एक फवारणी

पंचगव्यातील जैविक घटक

पंचगव्यातील उपयुक्त सूक्ष्म जिवाणूंची संख्या प्रति ग्रॅम

१.	नत्र स्थिरीकरण करणारे अ‍ॅझोस्पिरिलम	१० × १०
२.	नत्र स्थिरीकरण करणारे अ‍ॅझोबॅक्टर	१० × ९
३.	स्फुरद विरघळवणाऱ्या बॅक्टेरिया	१० × ७
४.	प्रतिक्षमता (इम्यूनिटी) तयार करणारे सुडोमोनास	१० × ६

पंचगव्यातील रासायनिक घटक

क्र.	घटकाचे नाव	प्रमाण
१.	सामू	६.०२
२.	इसी (डीएसएम-१)	३.०२
३.	टीडीएस	३.४% (w/w)
४.	नत्र	६६५० पीपीएम
५.	स्फुरद	४३१० पीपीएम
६.	पालाश	५२०० पीपीएम
७.	सोडिअम	१६०० पीपीएम
८.	कॅल्शिअम	१००० पीपीएम

क्र.	घटकाचे नाव	प्रमाण
९.	मॅग्नेशिअम	८४० पीपीएम
१०.	क्लोराईड	२४८.५ पीपीएम
११.	बोरॉन	०.४४२ पीपीएम
१२.	मँगेनीज	१४.८ पीपीएम
१३.	लोह	१४२.५ पीपीएम
१४.	जस्त	८२ पीपीएम
१५.	ताम्र	५८ पीपीएम
१६.	सल्फर	०.५६ पीपीएम

संदर्भ : पंचगव्य विश्लेषण अहवाल, एसजीएस प्रयोगशाळा, चेन्नई (तमिळनाडू)

पंचगव्याचे वनस्पतींवर परिणाम

१. **पाने :** पानांचा आकार व संख्या वाढते. प्रकाशसंश्लेषण क्रियेत वाढ होते. वनस्पती जास्त अन्नद्रव्यांचा साठा करतात. त्यामुळे उत्पादन वाढते.

२. **खोड :** खोड कणखर होते. फांद्यांची संख्या वाढते. त्यांच्यात काटकपणा येऊन फळधारण करण्याची क्षमता वाढते.

३. **मुळ्या :** मुळ्या विस्तृत होऊन जमिनीत खोलवर शिरतात. जास्त दिवस ताज्या राहतात. त्यामुळे जमिनीच्या स्तरावरून अधिक प्रमाणात अन्नद्रव्य व पाणी शोषू शकतात.

४. **उत्पादन :** सर्वसाधारणपणे रासायनिक शेती सोडून सेंद्रिय शेती सुरू केल्यावर सुरुवातीला उत्पादन कमी मिळते. परंतु पंचगव्याचा वापर केला तर अगदी पहिल्या वर्षीसुद्धा उत्पादन समाधानकारक मिळते.

सर्व पिकांत १५ दिवस अगोदर पीक काढणीस येते.

५. **शेतीमाल प्रत :** पंचगव्याच्या वापरामुळे तृणधान्ये, फळे, भाजीपाल्याची चव चांगली होते. मालाचा टिकाऊपणा वाढतो. ग्राहकांच्या पसंतीला उतरल्यामुळे भाव जास्त मिळतो. आर्थिक फायदा तर होतोच; शिवाय कर्जमुक्ती होण्यास मदत होते.

६. **दुष्काळात तग धरते :** पंचगव्य फवारल्याने पानांवर व खोडांवर पातळ थर तयार होतो. त्यामुळे पाण्याचे बाष्पीभवन होत नाही. खोलवर शिरलेल्या मुळ्यांचा दुष्काळात भक्कम आधार मिळतो. पाण्याचा ताण सहन होतो. पिकाला पाणी कमी लागत असल्यामुळे पाण्याची गरज ३० टक्क्यांनी कमी होते.

पंचगव्याचा पिकावरील परिणाम

१. आंबा

- आंब्याच्या झाडावर मोठ्या प्रमाणात स्त्रीकेसरयुक्त मोहोर दाटून येतो.
- अनियमित किंवा वर्षाआड आंबा पीक येण्याऐवजी दर वर्षी फळधारणा होते.
- रंग व सुवास असामान्य प्रमाणात वाढतो.
- फुले येण्याआधी दोन फवारण्या १५ दिवसांच्या अंतराने, तीन फवारण्या फळधारणेच्या वेळी व शेवटी एक फवारणी फळे काढणीनंतर झाडांवर केल्यास उत्पादन वाढते. तसेच झाडाची ऊर्जा पुढील बहरासाठी वाढते.

२. लिंबू

- वर्षभर नियमित फुलोरा खात्रीने येतो.
- गुबगुबीत व गंधयुक्त फळे
- टिकाऊपणाचा काळ किमान १० दिवसाने वाढतो.
- झाडावर कँकर रोग येत नाही.
- आठ वर्षाच्या झाडाला किमान ३००० फळे प्रति झाड लागतात.

३. पेरू

- विरघळणारे घन पदार्थ, जास्त चवदार व रसाळ, टिकाऊपणा पाच दिवसाने वाढतो.

४. हळद, आले

- हळद व आले यांचे उत्पादन २२ टक्क्यांनी वाढते.
- हळदीच्या कुडाची भरघोस वाढ होते. वाळवण्याच्या प्रक्रियेत येणारी घट कमी होते. जेठा गड्डा व त्यांच्या पिल्लांच्या वाढीचे गुणोत्तर कमी होते. निमॅटोडचा त्रास कमी होतो. गड्ड्याला कृमिकीटक लागत नाहीत. हळकुंडे, आले यांच्या कुडांना उत्तम भाव मिळतो. हळदीतील कुरकुमीन नावाचे पिवळे अल्कलाईड वाढते. आल्यातील जिंजर तेलाचे प्रमाण वाढते.
- पाने शेवटपर्यंत जाड, पसरट राहतात. आले व हळद यावरील कीटकनाशकाचा खर्च ६० टक्क्यांनी वाचतो.

५. भाज्या, पालेभाज्या व फळभाज्या

- काकडीबाबतीत दुप्पट उत्पादन. इतर भाज्यांत १८ टक्क्यांनी उत्पादनात वाढ होते. चमकदार व सतेज भाजी, फळांची साल चमकदार
- साठवणीचा काळ, स्वाद व चव वाढते.

६. भात

- जास्त उत्पादन. प्रत्येक लोंबीला ३०० दाणे, फोलपटासदृश दाणे नसतात.
- नेहमीपेक्षा १५ दिवस आधी पीक कापणीवर येते. गिरणीत भात भरडताना तुकडा तांदूळ कमी निघतो. दाण्याचे वजन नेहमीपेक्षा ३० टक्क्यांनी जास्त मिळते.
- आज शिजवलेला भात दुसऱ्या दिवशीही खाण्यास योग्य असतो.

७. ऊस, भुईमूग, नारळ, केळी

- ७५ टक्क्यांनी वाढ जास्त. २५ टक्के रोगप्रतिबंध शक्ती

पंचगव्य आरोग्यासाठीही लाभदायक आहे.

■ गांडूळपाणी (व्हर्मीवॉश)

शेतकऱ्यांनी शेतावरील शेण, काडीकचऱ्यापासून गांडूळ खत निर्मिती प्रकल्प चालू केल्यावर गांडूळपाणी निर्मितीही चालू करावी. कारण त्याची पद्धत सोपी आहे. गांडुळाच्या अंगावरील ओलसरपणा (घाम) व गांडूळ खताचा अर्क इत्यादींचे मिश्रण या पद्धतीने द्रव रूपात मिळते. त्यालाच गांडूळपाणी किंवा व्हर्मीवॉश म्हणतात. व्हर्मीवॉशमधील जिब्रेलिक ॲसिड, सायटोकायनीन, ॲझो, मुख्य व सूक्ष्म अन्नद्रव्ये पीकवाढीस उपयुक्त असतात.

पुढील तीन सोप्या पद्धतीने अर्क (गांडूळपाणी) काढता येतो.

१. तिपाईवर टाकी तोटीसह ठेवून

आकृती पुढील पानावर पाहा.

२. दोन माठ वापरून

- जुना माठ घेऊन त्याला तळाला बारीक छिद्र पाडा. त्या छिद्रात एखादी चिंधी किंवा दोरा टाकून तो माठ एका तिवईवर ठेवा.
- माठाच्या तळात जाड वाळूचा दोन ते तीन इंचाचा थर टाका.
- जाड वाळूवर दोन ते तीन इंच बारीक वाळूचा थर टाका.
- बारीक वाळूच्या थरावर अर्धवट कुजलेल्या शेणखताचा थर टाका.
- नंतर त्यावर चिंचेचा पाला किंवा शेवरीचा हिरवा पाला अंथरा.
- थोडे ओलसर करून त्यात अर्धा किलो गांडूळ सोडा.

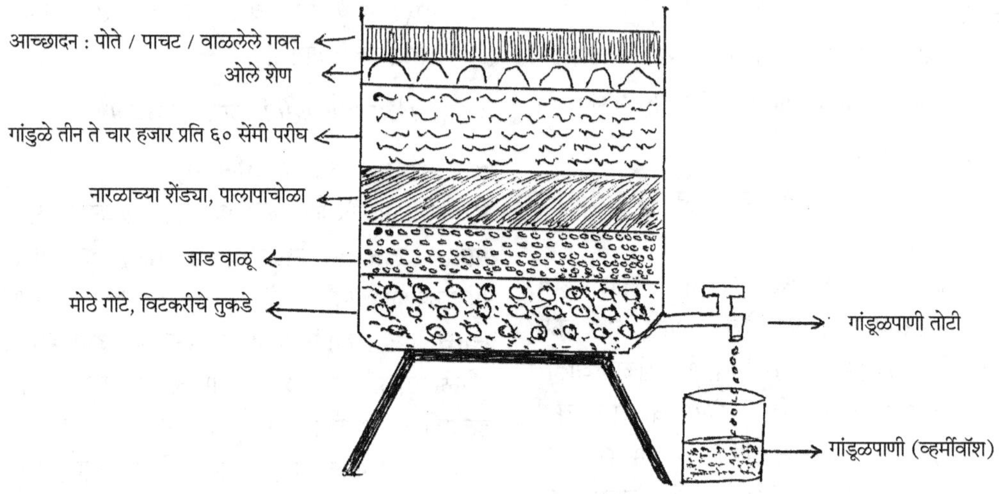

तिपाईवर टाकी तोटीसह ठेवून गांडूळपाणी (व्हर्मीवॉश) काढणे

- जुन्या माठावर एक नवीन कोरे मडके ठेवा. त्यात पाणी भरा.
- नवीन मडक्यातील पाणी झिरपून खालच्या मडक्यात पडेल. तयार झालेले व्हर्मीवॉश खालच्या छिद्रातून खाली ठेवलेल्या प्लास्टिकच्या भांड्यात पडेल. या भांड्यातील व्हर्मीवॉश फवारणीसाठी वापरा.
- अर्क जमा करण्यासाठी चिनीमातीचे अथवा साधे भांडे ठेवा.
- पहिल्या सात दिवसांत जमा झालेले पाणी पुन्हा वरील माठात टाका. त्यानंतर सात दिवसांनी जमा होणाऱ्या पाण्यास व्हर्मीवॉश म्हणतात. ते फवारणीस योग्य असते.

काळजी

- पाण्याच्या माठातून सारख्या प्रमाणात पाणी थेंबथेंब गळते की नाही, हे तपासा. व्हर्मीवॉश जमा होत आहे की नाही, ते तपासा.
- वरच्या माठात पाणी भरल्यानंतर तोंड जाळीच्या कापडाने बांधा.
- दर आठवड्यास गांडुळांना खाद्य टाका.

- व्हर्मीवॉश जमा होणाऱ्या बरणीसही गाळण बांधा, जेणेकरून डास, माश्या त्यात अंडी घालणार नाहीत.
- जमा झालेले व्हर्मीवॉश सावलीत ठेवा व आवश्यकतेनुसार पिकांवर फवारा.
- व्हर्मीवॉश हवाबंद ठेवू नका. दीड महिना उघडे ठेवून वापरू शकता.

व्हर्मीवॉशमधील रासायनिक घटक

१.	सामू	६.०९
२.	विद्राव्य ऑक्सिजन	११४ पीपीएम
३.	विद्राव्य नत्र	२०० पीपीएम
४.	विद्राव्य स्फुरद	६० पीपीएम
५.	विद्राव्य पालाश	६९ पीपीएम
६.	सोडिअम	१२२ पीपीएम
७.	क्लोराईड	११० पीपीएम
८.	सल्फेट	१७७ पीपीएम
९.	कॅल्शिअम	१७५ पीपीएम
१०.	मॅग्नेशिअम	२०० पीपीएम

३. व्हर्मीवॉश मिळवण्याच्या अन्य पद्धती

१. गांडूळ खत निर्मिती प्रकल्पाचे बांधकाम करताना बेडच्या तळाशी छिद्र ठेवून ते नालीवाटे एका बाजूला उतार करून खड्ड्यात जमा करता येते.

२. जिवंत गांडुळे कापडी पुरचुंडीत बांधून, कोमट पाण्यात (हाताला पोळू नये एवढे तापमान हवे) दोन-चार वेळा बुडवून काढली तर गांडुळे शरीरातील सर्व पाणी बाहेर टाकतात. बुडवण्यासाठी वापरलेल्या पाण्यात व्हर्मीवॉश मिळते. गांडुळांना न मारता, दुसरी गांडुळे घालून अर्क काढा.

गांडूळपाणी वापरण्याचे प्रमाण

१. नवीन फूट येताना किंवा पीक फुलावर असताना दोन टक्के (दोन लीटर व्हर्मीवॉश आणि १०० लीटर पाणी)

२. कीड व रोग व्यवस्थापनासाठी पाच ते दहा टक्के (पाच ते दहा लीटर व्हर्मीवॉश आणि १०० लीटर पाणी)

३. व्हर्मीवॉशमध्ये पाच टक्के लिंबोळी अर्क मिसळून फवारले असता पिकांची वाढ चांगली होते, तसेच किडीपासूनही संरक्षण मिळते.

४. फळझाडाच्या बुडाला दोन लीटर व्हर्मीवॉश प्रति १० लीटर पाण्यात मिसळून टाकावे.

५. जीवामृत गाळून त्यात चार लीटर व्हर्मीवॉश २०० लीटर पाणी मिसळून एकरी फवारावे.

- डाळिंबाच्या फळ सेटिंगच्या वेळी एक ते दोन लीटर व्हर्मीवॉश व ३०० ग्रॅम काळा गूळ मिसळून फवारणी करावी.

- फळाची वाढ होत असताना किंवा साखर भरताना २०० लीटर पाण्यात एक ते दोन लीटर व्हर्मीवॉश व ३०० ग्रॅम काळा गूळ यांचे मिश्रण सायंकाळी फवारावे.

- ड्रिपवाटे व्हर्मीवॉश १० ते १५ लीटर प्रति ०.४ हेक्टर द्यावे.

- तापमान ज्या वेळेस ८ अंश सेल्सिअसपेक्षा खाली जाते, अशा वेळेस मुळ्यांकडून अन्नद्रव्यांची उचल कमी होऊन पिकाची वाढ खुंटते. अशा परिस्थितीमध्ये तीन ते चार मिली व्हर्मीवॉश आणि एक ते दोन ग्रॅम काळा गूळ प्रति लीटर पाण्यात मिसळून शक्यतो सकाळी फवारणी करावी.

फायदे

- व्हर्मीवॉश फवारणीमुळे कीड आटोक्यात राहते (इटीएलपेक्षाही).

- फूलगळ, फळगळ थांबते.

- पिकाला सूक्ष्म मूलद्रव्य उपलब्ध होतात.

■ सेंद्रिय युरिया

- माती आणि गोमूत्र यापासून सेंद्रिय युरिया तयार करून सर्व पिकांना वापरता येते.

- सपाट जमिनीवर पाच फूट लांब, तीन फूट रुंद, दीड फूट खोल खड्डा तयार करून त्यात प्लास्टिक अंथरा.

- तीन-चतुर्थांश खड्डा सुपीक चाळलेल्या मातीने व एक-चतुर्थांश खड्डा वडाखालील / बांबूच्या मुळ्याजवळील / उंबर झाडाखालील / वारुळाची माती यांनी भरा.

- पहिल्या दिवशी ३० लीटर गोमूत्र सर्व बाजूंनी शिंपडून खड्डा चांगला झाका. आतमध्ये हवा जाणार नाही, सूर्यप्रकाश लागणार नाही याची काळजी घ्या.

- दुसऱ्या दिवशी माती पूर्णपणे खालीवर फिरवून घ्या. त्यावर १५ लीटर गोमूत्र सर्व बाजूने व्यवस्थित शिंपडून झाकून टाका.

- तिसऱ्या दिवशी १५ लीटर गोमूत्र सर्व बाजूने व्यवस्थित शिंपडा. खालीवर फिरवू नका.

- चौथ्या दिवशी १० लीटर गोमूत्र सर्व बाजूने व्यवस्थित शिंपडा. खालीवर फिरवू नका.
- सहाव्या दिवशी १० लीटर गोमूत्र सर्व बाजूने व्यवस्थित शिंपडा. खालीवर फिरवू नका.
- यानंतर खड्डा पुढील चार दिवस तसाच झाकून ठेवा.
- असे एकूण दहा दिवस होताच अकराव्या दिवशी सर्व मिश्रण खड्ड्यातून काढून सावलीत वाळवा.
- एका खड्ड्यातून ४५० किलो सेंद्रिय युरिया मिळतो.

■ घन जीवामृत

- देशी गायीचे शेण नसेल तर सर्व जनावरांचे शेण एकत्र करून सावलीत साठवा.
- चार-पाच दिवस झालेले (मिथेन गॅस निघून गेलेले) शेण - ४०० किलो (१ बैलगाडी), काळा स्वस्त गूळ - ४ किलो, गोमूत्र - ४० लीटर, बेसन पीठ - ४ किलो किंवा सोयाबीन पीठ - ८ किलो, ट्रायकोडर्मा व्हिरिडी - १ किलो
- वरील सर्व मिश्रण एकत्र करून वर-खाली करत एकजीव करा. ते पसरट पातळ पसरा. त्यामुळे मिश्रण लवकर वाळण्यास मदत होते. मिश्रण पूर्ण कोरडे झाल्यावर पोत्यात भरून घ्या व पिकास वापरा.
- घन जीवामृत एक ते दोन किलो प्रति झाड आळे करून द्या. त्यावर कचऱ्याचे मल्चिंग करा.
- घन जीवामृत दोन ओळीत पेरूनही देता येते.

■ वनस्पतिजन्य औषधे : लिंबोळी अर्क, आलमिका, दशपर्णी, इतर वनस्पतिजन्य खते / औषधे

१. लिंबोळी अर्क

कृती

- पाच किलो चांगली वाळवलेली लिंबोळी भरडून ती १० लीटर पाण्यात रात्रभर भिजवा.
- दुसऱ्या दिवशी कापडात गुंडाळून, दाबून त्याचा अर्क काढा. उरलेला घट्ट चोथा झाडाच्या बुडाला टाका.
- काढलेल्या अर्कात आणखी १० लीटर पाणी टाका; म्हणजे पाच टक्के लिंबोळी अर्क तयार होईल.
- सर्व पिकावरील किडीसाठी ते वापरता येते.
- पाच टक्के लिंबोळी अर्क (१०० मिली अर्क) प्रति १५ लीटर पाण्यात मिसळून फवारा.
- १०,००० पीपीएम ॲझाडिरेक्टीन घटक असलेले लिंबोळी अर्क औषध असेल तर २० मिली औषध प्रति १५ लीटर पाण्यात मिसळून फवारा.

फायदे

- कडुलिंबाची पाने, फळे यात ॲझाडिरेक्टीन नावांचा घटक आहे. तो जवळजवळ ३०० विविध किडींचा बंदोबस्त करतो.
- कडवट वासामुळे कीड दूर पळते. मादी पतंग अंडी घालत नाहीत.
- कडवट चवीमुळे अळ्या पाने खात नाहीत.
- नाकतोड्यांची वाढ थांबते.
- किडीत नपुंसकता येते.

प्रभाव

- लिंबोळी अर्क अळ्या, फुलपाखरे, पतंगाच्या अळ्या, नाकतोडे, पाने पोखरणारी अळी,

घाटेअळी, रस शोषणारे तुडतुडे यावर सर्वांत प्रभावी आहे.

- मावा, भुंगे, पांढरी माशी यावर कमी प्रभावी आहे.
- पिठ्या ढेकूण (Mealy bugs), खवले कीड (Scales), प्रौढ भुंगे (Beetles), फळ पोखरणारी अळी (Fruit Borer) आणि लाल कोळी (Red mites) यांवर लिंबोळी अर्कचा प्रभाव पडत नाही.

२. आल्मिका (बायोएंडोसल्फानसारखे)

डाळिंबावरील सर्व कीड-रोगाच्या व्यवस्थापनासाठी हे उपयुक्त औषध आहे.

घटक : आले, लसूण, लाल मिरची, कांदे प्रत्येकी २५० ते ७५० ग्रॅम, काळे मिरे १०० ते २५० ग्रॅम, पाणी १२० लीटर

- कीड-रोगाचे प्रमाण कमी, मध्यम व जास्त असेल तर वरील घटक अनुक्रमे २५०, ५०० व ७०० ग्रॅम मिसळा.
- सर्व घटक स्वतंत्रपणे थोडे-थोडे पाणी घेऊन कुटून, गाळून घ्या.
- शेवटी त्यात देशी गायीचे मूत्र ६० लीटर मिसळा. सकाळी औषध तयार करून सायंकाळी पिकावर फवारा.

३. दशपर्णी (सर्व प्रकारच्या किडींसाठी)

दशपर्णी तयार करण्याची पद्धत पुढीलप्रमाणे आहे. शेतकऱ्यांनी उपलब्ध वनस्पती व सोय पाहून ते तयार करून वापरावे.

साहित्य : देशी गायीचे शेण - २ किलो, देशी गायीचे मूत्र - १० लीटर, सुंठ पावडर - २०० ग्रॅम, वाटलेले आले - ५०० ग्रॅम, तंबाखू भुकटी - १ किलो, वाटलेली हिरव्या मिरची - १ किलो, देशी वाटलेला लसूण - १ किलो, झेंडूच्या झाडाच्या संपूर्ण भागांचे तुकडे (पान, फूल, खोड, मुळ्या) - २ किलो, पाणी २०० लीटर

वरील मिश्रण एकजीव करून घड्याळ्याच्या काट्याच्या दिशेने व उलट दिशेने भोवरा करत १५-१५ मिनिटे ढवळा. नंतर त्यात तीन किलो कडुलिंब, करंज - सीताफळ - एरंड - घाणेरी / टणटणी / उलटा रावण या वनस्पतींच्या पानांचे तुकडे प्रत्येकी २ किलो मिसळा. द्रावण उलटसुलट दिशेने १५-१५ मिनिटे ढवळून पातळ कपड्याने झाका.

४० दिवसांनी द्रावण सुती कपड्याने गाळा. टाकी सावलीत ठेवा.

पुढे दिलेल्या वनस्पतींची पाने उपलब्ध असतील तर तीही तुकडे करून मिसळावीत : बेल, तुळस, तरोटा, पपई, पेरू, आंबा, पळस, कन्हेर, कारले, निरगुडी, जास्वंद, शेवगा प्रत्येकी दोन किलो.

महत्त्वाचे

- दशपर्णी मिश्रण उकळून अर्धे करून, थंड झाल्यावर त्याच दिवशी वापरता येते.
- दशपर्णीमधील मिथाईल जॅस्मॉनिक ॲसिडमुळे कीड मरते.
- दशपर्णीत रुई / रुचकी व बेशरम यांची पाने मिसळू नयेत. कारण त्यातील पॉलिअमाईन ऑक्सिटोसीनमुळे ब्रेन कॅन्सर होण्याची शक्यता असते (**संदर्भ :** प्राध्यापक गायकवाड, शिवाजी विद्यापीठ, कोल्हापूर).
- सर्व किडींच्या नियंत्रणासाठी ६ ते १० लीटर द्रावण २०० लीटर पाण्यात मिसळून (७०० मिली प्रति १५ लीटर पाणी) फवारा.
- एकदा करून ठेवलेले दशपर्णी सहा महिने वापरता येते.

४. इतर वनस्पतिजन्य खत / औषधे

पुढील वनस्पतींच्या विविध भागांचा अर्क काढून तो पिकाच्या बुडाला टाकला किंवा फवारणी केली तर हे घटक मुळ्यावाटे झाडात जातात. त्यामुळे रस शोषणाऱ्या किडींचा उपद्रव होत नाही.

गुडवेल (अमृता)

या वनस्पतीवर तमिळनाडू व अमरावती विद्यापीठात अभ्यास झाला आहे. गुडवेलाचा अर्क वनस्पतीच्या मुळ्यांना तीन पट वाढवतो. सोबत जिवाणू, बुरशीपासून पिकांमध्ये प्रतिकारक्षमता, फूल-फळांची संख्या वाढवतो.

अमृताची ताजी पाने व खोड कुटून बारीक करा. नंतर एक दिवस वेस्ट डिकंपोजर मोहफूल व गोमूत्र यांच्या मिश्रणात भिजून ठेवा. १५ दिवसांनी तयार झालेला अर्क २५० मिली प्रति १५ लीटर प्रमाणात पिकाच्या बुडाला टाका. यातील प्रभावी ह्युमिक ॲसिडमुळे मुळी झपाट्याने वाढते तसेच बुरशीजन्य रोगांपासूनही पिकाचा बचाव होतो.

अडुळसा (वासा)

ही वनस्पती सहा-सात फूट वाढते. पाने हिरवी, सहा ते आठ इंच लांब असतात. पानांना तीव्र वास असतो. पाने व मुळ्या यामध्ये वासाकीन नावाचे अल्कलॉईड आहे. पानात पोटॅशिअम नायट्रेट व मुक्त नत्राचे प्रमाण असल्याने खत व औषध म्हणून कार्य करते. अडुळसाच्या पानांचा अर्क २०० मिली प्रति १५ लीटर पाण्यातून फवारल्याने व मुळाशी टाकल्याने वाढ निरोगी होते व रस शोषणाऱ्या किडींवर नियंत्रण होते.

आघाडा (चिरचिरा)

या वनस्पतीमध्ये पोटॅश ३० टक्के, चुना १५ टक्के, सोडिअम ६ टक्के, लोह व अल्प मात्रेत चांदी असते. यांच्या पानांचा अर्क (काढा) जमिनीतून व फवारणीतून दिल्यावर झाडांची वाढ उत्तम होते. तसेच झाडाची प्रतिकारक्षमता वाढते.

पुनर्नवा (घेटुली)

पुनर्नवाचा अर्क जमिनीतून व फवारणीतून दिल्याने चांगला परिणाम दिसून येतो.

निरगुडी

या वनस्पतीत फिनॉल्स, अल्कलॉईड्स, जीवनसत्त्व सी व इतर घटक असतात. पानांचा अर्क रसशोषण करणाऱ्या किडींसाठी व बुरशीनाशक म्हणून प्रभावी आहे.

कडु चिरायता (काष्ठमेध)

तीन फूट वाढणारे हे झाड असून कडुलिंबापेक्षा २५ पट कडू आहे. याचा अर्क फवारणीतून व जमिनीतून दिल्यास रस शोषणाऱ्या किडींचा व अळ्यांचा बंदोबस्त होतो.

वेखंड (वच)

पिकाजवळ ही वनस्पती असल्यास पिकावर किडींचा प्रभाव होत नाही. वेखंडाचा अर्क दूरसारक (रिपेलंट) म्हणून प्रभावी आहे. त्यामुळे पिकांवर पतंग अंडी घालत नाहीत. वेखंडाचा अर्क बुडाला टाकावा तसेच फवारणीसाठीही वापरावा.

कोरफड (ॲलोवेरा)

कोरफडीचा अर्क सर्व प्रकारच्या विषाणूजन्य व जिवाणूजन्य रोगांवर प्रभावी आहे. याचा अर्क ड्रेंचिंगसाठी तसेच फवारणीसाठी वापरता येतो.

डिकामली

डिकामलीचा अर्क उत्तम कृमिनाशक असून रस शोषणाऱ्या किडींवर प्रभावी आहे.

अंकोल

१० ते २० मीटर उंच वाढणारे हे झाड आहे. हे नैसर्गिक ह्युमिक ॲसिड देते.

नोनी (आली / दहातोंडी)

हे झाड पाच मीटर वाढते. यांच्या फळात ३० प्रकारची ॲमिनो ॲसिड्स असतात. नोनीच्या फळांचा रस काढून पिकांवर फवारल्यास पिकाची निरोगी वाढ होते.

रुई

रुईच्या पानांचा अर्क फवारल्याने अळीचे नियंत्रण होते व बोरॉन मूलद्रव्य मिळते.

बेल

बेलाच्या पानात व फळात औषधी गुणधर्म आहेत. बेलाची पाने उत्तम बुरशीनाशक व जिवाणूनाशक आहेत. पानांमध्ये पालाशचे प्रमाण जास्त असल्यामुळे पीक उत्तम वाढते.

गराडी

हे मोठे झाड असते. गराडीच्या पानांचा अर्क रक्ताप्रमाणे लाल असतो. २०० मिली अर्क प्रति १५ लीटर पाणी मिसळून फवारले व ड्रेंचिंग केले तर रस शोषणाऱ्या किडी तसेच मिरचीवरील चुरडामुरडा कमी होतो.

महारुख

महारुखच्या पानात तेल असते. पानाला उग्र वास येतो. पानांचा अर्क फवारल्याने रस शोषणाऱ्या किडीचे नियंत्रण होते.

हळद

हळद पावडरचा काढा उत्तम जिवाणूनाशक, कृमिनाशक, रोगप्रतिकारशक्ती वाढवणारा व झाडाची वाढ करण्यास मदत करणारा आहे.

हिरडा

हिरड्यात भरपूर कार्बोहायड्रेट्स, ॲमिनो ॲसिड, फॉस्फोरिक व सक्सीनीक ॲसिड असतात. हिरडा फळाची पावडर उकळून केलेला रस उत्तम वनस्पतिवर्धक आहे.

पळस

पळसाच्या पानांमध्ये सिलिका असते. पळस बियांमध्ये किडींना मारण्याचा गुणधर्म आहे.

मोहाचे फूल

मोहफुलात ८० टक्के साखर असते. सोबत यीस्ट जिवाणू फक्त मोहाच्या फुलात आढळतात. म्हणून मोहाच्या फुलांची दारू जास्त उग्र असते. पण हेच मोहफूल शेतीमध्ये सर्व प्रकारचे अर्क बनवण्यासाठी सगळ्यांत महत्त्वाचे आहे.

प्रत्येकी तीन किलो मोहफूल - घायटी फूल, २५० ग्रॅम ज्येष्ठमध पावडर, पाच लीटर वेस्ट डिकंपोजर द्रावण, १० लीटर पाणी यांचे मिश्रण १० दिवस मुरवा. नंतर त्यात कुठल्याही वनस्पतींची पावडर किंवा ठेचा २० दिवसांपर्यंत सडवा. या वनस्पतींचा अर्क मोहाच्या पाण्यात उतरून विरघळतो. हा काढा वर्षानुवर्षे खराब होत नाही. हा काढा जितका जुना तितकाच प्रभावशाली असतो.

झेंडू

झेंडूची फुले अळीच्या पतंगांना आकर्षित करतात. त्यामुळे पतंग फुलात अंडी घालतात. फुले तोडून नष्ट केली तर अळीसुद्धा नष्ट होते. सूत्रकृमींचा प्रादुर्भाव झेंडूमुळे कमी होतो. झेंडूच्या पानात, खोडात गंधकाचे प्रमाण जास्त असते. झेंडूची पाने, खोड, मुळ्या यांचा अर्क वापरा.

तुळस

यातील मिथिल युजिनॉल रसायन जिवाणूनाशक, कृमिनाशक व वात शुद्ध करणारे आहे. ते झाडाची प्रतिकारक्षमता वाढवते. तुळशीच्या पानांचा अर्क फवारावा.

घाणेरी

याच्या पानांना उग्र वास असतो. बिया काळ्या असतात. पानांचा व खोडाचा अर्क दहिया भुरीवर परिणामकारक आहे.

हिंग

हिंग उत्तम कृमिनाशक, बुरशीनाशक आहे. ते मर रोगाचे नियंत्रण करते. हिंगाचा काढा करण्यासाठी

५० ग्रॅम हिंग पाच लीटर पाण्यात चोवीस तास भिजत ठेवा. २०० मिली काढ्यात दोन लीटर गोमूत्र मिसळून प्रति पंप झाडाच्या मुळ्यांजवळ टाकल्याने मर रोगाची बुरशी फुर्जेरियम, फायटोप्थोरा यांचा नाश होतो. हा काढा हरभऱ्याच्या बियाणे प्रक्रियेसाठी वापरा. त्याने मर येत नाही.

वड

शेण, गोमूत्र, वेस्ट डिकंपोजर व वडाची फळे दोन ते पाच किलो यांचे मिश्रण उत्तम आहे.

उंबर

वडाप्रमाणेच उंबराची फळे वापरल्याने जमिनीत जिवाणूंची संख्या वाढते.

बावची

हिच्या पानात भरपूर पोटॅश असते. बियांमधील तेल जिवाणूनाशक आहे. डाळिंबावरील बॅक्टेरिअल ब्लाईट / तेल्या यावर प्रभावी आहे.

मिरची / लसूण

रस शोषणाऱ्या किडी, जिवाणूजन्य रोग, अळीवर यांचा अर्क प्रभावी आहे.

तरोटा

तरोट्यामध्ये विषाणूनाशक गुणधर्म आहेत.

उन्हाळी - दिवाळी

यात उपयुक्त जिवाणू, सूक्ष्म मूलद्रव्ये उदाहरणार्थ, मॅग्नेशिअम, मँगनीज मोठ्या प्रमाणात असते. झाडात बुरशीनाशकाचा गुणधर्म आहे. याच्या मुळ्याच्या गाठी काढून उपयोग करता येतो.

कलोंजी

याचे बियाणे काळ्या रंगाचे असते. याचे तेल व काढा उत्तम वनस्पतिवर्धक आहे.

ज्येष्ठमध

ज्येष्ठमधात असलेले ग्लुकोसाईट साखरेपेक्षा ५० पटीने जास्त गोड आहे. म्हणून गुळाऐवजी

वनस्पतींचा अर्क काढण्याची सोपी पद्धत

ज्या वनस्पतींचा अर्क काढायचा आहे, प्रथम त्यांची पाने, फुले, खोड, फळे काढून सावलीत वाळवा. नंतर त्यांचे बारीक चूर्ण करा. अगोदर खलबत्त्यात कुटून नंतर मिक्सरमध्ये बारीक पावडर तयार करा. जितकी बारीक पावडर (सूक्ष्म कण) होईल तेवढे त्याचे गुणधर्म वाढतात. घर्षणाने गुणवत्ता वाढते.

वरील पावडर केलेले भाग - ५ किलो, मोहाचे फूल - ३ किलो, घायटीचे फूल - २ किलो, गूळ - २ किलो किंवा ज्येष्ठमध - २०० ग्रॅम, वेस्ट डिकंपोजर - १० लीटर, पाणी - १० ते १५ लीटर

वनस्पतीचे चूर्ण सोडून बाकी सर्व वस्तू प्लास्टिक ड्रममध्ये १० ते १५ लीटर पाणी घेऊन मिसळा. नंतर ड्रम बंद करून पाच दिवस ठेवा. त्यात गॅस तयार व्हायला सुरुवात झाल्यावर वनस्पतींचे चूर्ण टाका. त्यात १० लीटर पाणी टाकून चांगले हलवा. मिश्रण रोज ढवळा. २५ दिवसांनी मिश्रण तयार होते. त्याला बुरशी लागत नाही. जितके जुने काढे / अर्क तितका तो प्रभावी असतो. २५० मिली काढा प्रति १५ लीटर पाण्यातून फवारणीसाठी वापरा. झाडाच्या बुडाला ड्रेंचिंगसाठी एक ते दोन लीटर अर्क प्रति पंप वापरा.

ढेपीचा वापर : शेंगदाणा, जवस, तीळ इत्यादी ढेपीत २० ते ४० टक्के प्रथिने असतात. मोहरी (सरसो) ढेप सर्वोत्तम असते.

ज्येष्ठमधाचा वापर केल्याने जिवाणू लवकर वाढतात. ज्येष्ठमधात अल्कलॉईड, ग्लुकोज, सुक्रोज, स्टार्च, ग्लायकोसाईड असतात. त्याने जिवाणू वाढतात. त्यामुळे पिकाची वाढ चांगली होते.

गोरखमुंडी (बोदरी)

पाने व फळ यांमध्ये कीटकनाशक गुणधर्म आहेत. त्यांचा अर्क वापरावा.

तालीमखाना

याच्या सर्व भागांचा अर्क बुरशीनाशक म्हणून परिणामकारक आहे.

महाबला (अतिबला)

महाबलाच्या बिया काळ्या रंगाच्या व चपट्या असतात. बोंडामध्ये बिया असतात. या वनस्पतीत मॅग्नेशिअम व पोटॅशिअम भरपूर प्रमाणात असल्याने पिकामध्ये भरपूर प्रतिकारशक्ती येते. महाबला उत्तम बुरशीनाशक आहे.

■■■

डाळिंबासाठी आवश्यक जैविक खते व औषधे

ॲझॉस

हे जिवाणू (जैविक) खत आहे. ते नत्र, स्फुरद व पालाश मूलद्रव्ये उपलब्ध करून देणारे जिवाणूंचे मिश्रण आहे. त्याला एनपीकेचे कन्सॉर्शियम म्हणतात. ॲझॉसमध्ये नायट्रोजन फिक्सेशन बॅक्टेरिया, फॉस्फरस सोल्यूबलायझिंग बॅक्टेरिया व पोटॅश स्टॅबिलायझिंग बॅक्टेरिया आहेत. एनपीके हे पिकांसाठी आवश्यक असणारे प्रमुख मूलद्रव्य आहे. त्यामुळे पिकाची वाढ जोमदार होते. त्याला फुले-फळे भरपूर लागतात. तसेच पिकांमध्ये रोगप्रतिकारशक्ती उत्पन्न होते. ॲझॉस झाडाच्या बुडाला २५० मिली प्रति ०.४ हेक्टर एकटे किंवा बीडी कंपोस्टसोबत मिसळून द्यावे.

पेसिलोमायसिस लिलॉसिनस

डाळिंबासाठी सूत्रकृमी (रूट नॉट निमॅटोड), बरोईंग निमॅटोड, रूट लिजन निमॅटोडवर पेसिलोमायसिस प्रभावी कीडनाशक आहे. ते डाळिंबाला जीवामृतासोबत व्हेंच्युरीने (ठिबक) किंवा ड्रेंचिंगद्वारे देता येते. जमिनीत मुळ्यांजवळ ते पोहोचणे महत्त्वाचे आहे. जीवामृतसोबत एक लीटर पेसिलोमायसिस प्रति ०.४ हेक्टर देता येते. बीडी कंपोस्टसह द्यायचे असल्यास नऊ किलो पेसिलोमायसीस प्रति ०.४ हेक्टर द्यावे. त्याने झाडाची पांढरी मुळीही वाढते.

पेसिलोमायसिसने सूत्रकृमीमुळे मुळांवर होणाऱ्या गाठींचे नियंत्रण होते. तसेच मूळकुजव्या रोगाचे नियंत्रण होते.

ट्रायकोडर्मा व्हिरिडी

ट्रायकोडर्मा व्हिरिडी, ट्रा. हॅमटॅम, ट्रा. हार्जियानम या तीन जाती डाळिंबावरील विविध रोगांवर प्रभावी आहेत. डाळिंबावरील फ्युजॅरियम, फायटोप्थोरा, मर, मूळकूज, खोडकूज, फळकूज इत्यादींवर प्रभावी आहे. डाळिंबावरील व आंतरपिकातील आच्छादनावरील काडीकचरा लवकर कुजण्यासाठी ट्रायकोडर्मा उपयुक्त आहे. एक किलो ट्रायकोडर्माच्या मदतीने एक टन काडीकचरा लवकर कुजतो. ट्रायकोडर्मा आणि सुडोमोनस संयुक्तपणे वापरल्यास डाळिंबावरील अनेक जिवाणूजन्य व बुरशीजन्य रोगांचे नियंत्रण होते.

ट्रायकोडर्मा हानिकारक बुरशींना अन्न मिळू देत नाहीत. त्यांची उपासमार करतात. डाळिंबाच्या मुळांवर पातळ थर तयार झाल्याने त्यात हानिकारक बुरशीचा शिरकाव होऊ देत नाहीत.

डाळिंब व त्यातील मिश्रपिकांसाठी ट्रायकोडर्मा बीजप्रक्रियेसाठी, रोपे बुडवायला, फवारणीला, कचरा कुजवण्यासाठी, ड्रेंचिंगसाठी वापरता येते. डाळिंबावर फ्युजॅरियम मर रोगाच्या नियंत्रणासाठी झाडाच्या बुडाला गोमूत्र, हळद व पाणी सम

प्रमाणात घेऊन ड्रेंचिंग करावे. नंतर ट्रायकोडर्मा व बॅसिलस यांचे द्रावण बुडाला टाकावे.

सुडोमोनस फ्लुरेसन्स

हे जैविक बुरशीनाशक आहे. डाळिंबावरील अनेक रोगांवर ते प्रभावी आहे. ब्लाईट, ब्लास्ट, विल्ट, लिफ स्पॉट, रॉट, फायटोप्थोरा इत्यादींवर नियंत्रण करते. तीन ते पाच लीटर सुडोमोनस प्रति ०.४ हेक्टर ड्रेंचिंगसाठी व ९० मिली सुडोमोनस १५ लीटर पाण्यात मिसळून फवारणीसाठी वापरता येते. ढगाळ हवा असताना बुरशीजन्य रोगाचा प्रादुर्भाव डाळिंबावर होण्याची शक्यता असते. त्यासाठी सुडोमोनस एक लीटर व बिव्हेरिया अर्धा लीटर मिसळून प्रति ०.४ हेक्टर फवारावे. जमिनीखालील कीड व पानांवरील बुरशी इत्यादी रोगांच्या नियंत्रणासाठी प्रत्येकी दोन लीटर सुडोमोनस - मेटारायझियम आणि अर्धा किलो गूळ मिसळून फवारावे. तसेच बुडाला ड्रेंचिंग करावे. त्यामुळे हुमणी, पिठ्या ढेकूण इत्यादींवर नियंत्रण मिळते.

बिव्हेरिया बॅसियाना

डाळिंबावरील मावा, पांढरी माशी, पाने खाणारी अळी, बोअरर, भुंगे, तुडतुडे, मिली बग इत्यादींचे बिव्हेरियाने नियंत्रण करता येते. ७५ मिली बिव्हेरिया, दूध व गूळ एकत्र मिसळून सायंकाळी डाळिंबावर फवारावे. डाळिंबावरील

फळ पोखरणाऱ्या अळींसाठी मेटारायझियम आणि बिव्हेरिया परिणामकारक आहे. दोन्ही प्रत्येकी अर्धा लीटर घेऊन त्यात २५० मिली दही मिसळून फवारल्यास अधिक प्रभावी नियंत्रण मिळते. मिश्रण सकाळी भिजवून सायंकाळी फवारावे.

व्हर्टिसिलीयम लिकॅनी

डाळिंबावरील पांढरी माशी, मावा, फूलकिडे, पिठ्या ढेकूण, खवले कीड, कोळी, लीफ मायनर, रूट ग्रब इत्यादींवर प्रभावी आहे. ७५ मिली व्हर्टिसिलीयम प्रति १५ लीटर पाण्यात मिसळून फवारावे. तापमान २८° व आर्द्रता ६५ टक्क्यांपेक्षा जास्त असल्यास ते प्रभावी ठरते. दोन लीटर व्हर्टिसिलीयम, दोन किलो गूळ, पाच लीटर गोमूत्र एक लीटर दुधात मिसळून फवारले तर ते अधिक परिणामकारक ठरते.

मेटारायझियम ऑनिसोपली

डाळिंबावरील वाळवी, मिली बग्ज, रूट ग्रब, खवले कीड, तुडतुडे, भुंगे, हुमणी, बिटल्स, बग्ज, व्हिव्हिल, पिठ्या ढेकूण यांच्या नियंत्रणासाठी मेटारायझियम प्रभावी आहे. डाळिंबाच्या फळ पोखरणाऱ्या अळीच्या नियंत्रणासाठी प्रत्येकी अर्धा लीटर मेटारायझियम - बिव्हेरिया - पाणी आणि २५० मिली दही सकाळी एकत्र भिजवून सायंकाळी फवारावे.

∎∎∎

पहिल्या वर्षी डाळिंबाचे पीकपोषण व संरक्षण वेळापत्रक

डाळिंब फळबागेचे पीकपोषण व पीकसंरक्षण जैविक पद्धतीने करताना शेतकऱ्यांनी स्थानिक हवामान, उपलब्ध साधनसामग्री, जमिनीची प्रत, पाण्याची उपलब्धता इत्यादींचा विचार करून निर्णय घ्यावेत. आपल्या जमिनीत डाळिंब झाडांची कमी-जास्त होणारी कायिक वाढ, कीडरोगांचा प्रादुर्भाव, त्यांच्या नुकसानीची आर्थिक पातळी (ETL) पाहूनच कृती करावी. दिलेल्या शिफारशीची अंमलबजावणी सरसकट, जशीच्या तशी करू नये, अंधानुकरण करू नये, डोळसपणे निर्णय घ्यावा.

तरीही, डाळिंब उत्पादक शेतकऱ्यांपुढे ढोबळमानाने पुढील शिफारशी केल्या आहेत. त्यांना आधारभूत मानून त्यात थोडाफार फरक करून त्याची अंमलबजावणी करावी. जमिनीची प्रत व डाळिंब झाडांची वाढ लक्षात घेऊन झाडांना जीवामृत, घन जीवामृत आलटूनपालटून द्यावे. घरी शेळ्या असतील तर त्यांच्या लेंड्या (विष्ठा) एका हौदात भिजू घालून नरम करून प्रति झाड दोन किलो द्यावे. त्यामुळे डाळिंबाची जलद निरोगी वाढ होते.

डाळिंबाला अखाद्य पेंडीचे मिश्रण खूप मानवते. त्यातील आवश्यक ती मूलद्रव्ये झाडांना सावकाश दीर्घ काळ पुरवली जातात. करंज, मोह, लिंबोळी, मोहरी, एरंडी या पेंडींचे मिश्रण एकत्र करून ८० किलो प्रति ०.४ हेक्टर घेऊन भिजवून, गाळून व्हेंचुरीवाटे दिले तर झाडांना आवश्यक ती मूलद्रव्ये मिळतात, सूत्रकृमी होत नाहीत, वाळवी इत्यादी जमिनीतून त्रास देणाऱ्या जीवजंतूंपासून डाळिंबांचे रक्षण होते. द्रावणाचे ड्रेंचिंगही करता येते.

बहुगुणी पंचगव्याचा वापर पीक जलद गतीने वाढण्यासाठी, झाडात कीड-रोगाविरुद्ध प्रतिक्षमता निर्माण करण्यासाठी तसेच रस शोषणाऱ्या किडींपासून संरक्षण मिळण्यासाठी उपयुक्त ठरते.

डाळिंबांची निरोगी वाढ जलद गतीने होण्यासाठी झाडात कर्बोदके व नत्र यांचे प्रमाण ६० : ४० अशा आदर्श प्रमाणात निर्माण करण्यासाठी शेतकऱ्यांनी अत्यंत अभ्यासपूर्ण कृती करावी; म्हणजे अनावश्यक लागवड खर्च होणार नाही.

पहिल्या वर्षी डाळिंबाचे पीकपोषण व संरक्षण वेळापत्रक

लागवडीनंतर महिना	बीडी कंपोस्ट ३२५ किलो / ०.४ हेक्टर (एक किलो / झाड)	बीडी ५०० (२५ ग्रॅम / १५ लीटर / ०.४ हेक्टर / सायंकाळी)	बीडी ५०१ (१ ग्रॅम / १५ लीटर / ०.४ हेक्टर / पहाटे)	सीपीपी (४५० ग्रॅम / १५ लीटर / ०.४ हेक्टर)	पेसिलोमायसिस (९ किलो / ०.४ हेक्टर (बीडी कंपोस्टसह))	ट्रायकोडर्मा (९० मिली / १५ लीटर)	सुडोमोनस (९० मिली / १५ लीटर)	अँझॉस (२५० मिली / ०.४ हेक्टर (बीडी कंपोस्टसह))	वृक्षलेप (२०० ग्रॅम / झाड)
१	खो.ज.			पा.फ.		पा.फ.		खो.ज.	
२									
३	खो.ज.	ज.शिं.	ह.फ.	पा.फ.	खो.ज.				
४									
५		ज.शिं.	ह.फ.	पा.फ.		पा.फ.	पा.फ.	खो.ज.	
६									
७	खो.ज.	ज.शिं.	ह.फ.		खो.ज.	पा.फ.	पा.फ.	खो.ज.	
८				पा.फ.					
९									
१०	खो.ज.	ज.शिं.			खो.ज.	पा.फ.	पा.फ.	खो.ज.	लेप
११									
१२	खो.ज.	ज.शिं.	ह.फ.						

* खो.ज. : खोडाजवळ जमिनीत मिसळून द्यावे, ज.शिं. : झाडू किंवा डहाळीने जमिनीवर शिंपडावे, ह.फ. : हवेतून फवारावे (झाडांवर पडू देऊ नये), पा.फ. : पंपाने पानांवर फवारावे, ड्रें. : खोडाजवळ ड्रेंचिंग

दुसऱ्या वर्षी डाळिंबाचे पीकपोषण व संरक्षण वेळापत्रक

लागवडीनंतर महिना	बीडी कंपोस्ट ३२५ किलो / ०.४ हेक्टर (एक किलो / झाड)	बीडी ५०० (२५ ग्रॅम / १५ लीटर / ०.४ हेक्टर / सायंकाळी)	बीडी ५०१ (१ ग्रॅम / १५ लीटर / ०.४ हेक्टर / पहाटे)	सीपीपी (४५० ग्रॅम / १५ लीटर / ०.४ हेक्टर)	पेसिलोमायसिस (९ किलो / ०.४ हेक्टर (बीडी कंपोस्टसह))	ट्रायकोडर्मा (९० मिली / १५ लीटर)	सुडोमोनस (९० मिली / १५ लीटर)	अँझॉस (२५० मिली / ०.४ हेक्टर (बीडी कंपोस्टसह))	वृक्षलेप (२०० ग्रॅम / झाड)
१३									
१४	खो.ज.			पा.फ.					
१५									
१६				पा.फ.					
१७									
१८	खो.ज.			पा.फ.	खो.ज.	पा.फ.	पा.फ.	खो.ज.	
१९				पा.फ.					
२०				पा.फ.					लेप
२१	खो.ज.	ज.शिं.	ह.फ.	पा.फ.					
२२				पा.फ.					
२३		ज.शिं.	ह.फ.	पा.फ.					
२४	खो.ज.			पा.फ.					

* खो.ज. : खोडाजवळ जमिनीत मिसळून द्यावे, ज.शिं. : झाडू किंवा डहाळीने जमिनीवर शिंपडावे, ह.फ. : हवेतून फवारावे (झाडांवर पडू देऊ नये), पा.फ. : पंपाने पानांवर फवारावे,
ड्रें. : खोडाजवळ ड्रेंचिंग

शेतीचे बायोडायनामिक कॅलेंडर सन २०२०

महिना	पेरणीस सर्वोत्तम	पेरणीस उत्तम	पेरणीस चांगला दिवस	कीड-रोगनाशकाची फवारणी	रोपांचे स्थलांतर	नोड	अमावास्या	भूमीतील पीक लागवड	फूलवर्गीय पीक लागवड	बियाणे / फळझाड लागवड योग्य दिवस	पालेभाज्या लागवड योग्य दिवस
	(MOS)	पौर्णिमेच्या ४८ तास आधी	चंद्र उत्तरायण स्थितीत (असेंडिंग पिरीयड)	अमावास्ये-आधी २४ तास	भूमीतील पीक काढणी	सर्व कामास अत्यंत अशुभ	अशुभ दिवस	बटाटे, मुळा	केळी, गुलाब, जरबेरा	कापूस, तूर, डाळिंब	मेथी, पालक, कोथिंबीर, चारा इत्यादी
	चंद्र-शनी ग्रह समोरासमोर		पेरणी कापणी, बीडी ५०१ फवारणी		(डिसेंडिंग पिरियड)			रूट डे	फ्लॉवर डे	सीड / फ्रूट डे	लिफ डे
जानेवारी	११	९	१ ते ९, ११, २५ ते ३१	२४	१२ ते २४	१०, २३	२५	७, ८, १५, १६, २४	९, १७, १८, २६ ते २८	४ ते ६, १३, १४, २२	१, २, ३, ११, १२, १९ ते २१, २९ ते ३१
फेब्रुवारी	७	७, ८	१ ते ५, २१, २२, २४ ते २९	२२	८ ते १८, २०	६, १९	२३	३, ४, १२, १३, २०, २१, २२	५, ७, १४, १५, २४	१, २, १०, ११, १८, २८, २९	८, ९, १६, १७, २५ ते २७
मार्च	६	७	१, २, ३, ५, १९ ते २३, २५ ते ३०	२३	७ ते १६, १८	४, १७, ३१	२४	२, ३, १०, ११, १९, २०, २९, ३०	५, १२, १३, २१ ते २३	१, ८, ९, १६, १८, २६ ते २८	६, ७, १४, १५, २५
एप्रिल	३, ३०	६	१, २, १६ ते २२, २४ ते २६, २८, २९	२२	३ ते १२, १४, १५, ३०	१३, २७	२३	६, ७, १५, १६, २५, २६	१, २, ८, ९, १७, १८, १९, २८, २९	५, १४, २२, २४	३, ४, १०, ११, १२, २०, २१, ३०

महिना	पेरणीस सर्वोत्तम	पेरणीस उत्तम	पेरणीस चांगला दिवस	कीड-रोगनाशकाची फवारणी	रोपांचे स्थलांतर	नोड	अमावास्या	भूमीतील पीक लागवड	फूलवर्गीय पीक लागवड	बियाणे / फळझाड लागवड योग्य दिवस	पालेभाज्या लागवड योग्य दिवस
	(MOS)	पौर्णिमेच्या ४८ तास आधी	चंद्र उत्तरायण स्थितीत (असेंडिंग पिरियड)	अमावास्ये-आधी २४ तास	भूमीतील पीक काढणी	सर्व कामास अत्यंत अशुभ	अशुभ दिवस	बटाटे, मुळा	केळी, गुलाब, जरबेरा	कापूस, तूर, डाळिंब	मेथी, पालक, कोथिंबीर, चारा इत्यादी
	चंद्र-शनी ग्रह समोरासमोर		पेरणी कापणी, बीडी ५०१ फवारणी		(डिसेंडिंग पिरियड)			रूट डे	फ्लॉवर डे	सीड / फ्रूट डे	लिफ डे
मे	२७	५	१३ ते २१, २३, २४, २६	२१	१ ते ६, ८, ९, ११, १२, २८ ते ३१	१०, २५	२२	४, ५, १२, १३, १४, २३, ३१	६, ७, १५, १६, २४, २६	२, ३, ११, २०, २१, २९, ३०	१, ८, ९, १७, १८, १९, २७, २८
जून	२३	४	९ ते २०, २२	२०	१ ते ५, ७, ८, २४ ते ३०	६, २१	२१	१, ९, १०, १८, १९, २०, २७, २८, २९	२, ३, ११, १२, २२, ३०	७, ८, १६, १७, २४, २६	४, ५, १३, १४, १५, २३, २४
जुलै	२०	३	७ ते १७, १९, २०	१९	१, २, ३, ५, ६, २१ ते ३०	४, ८, ३१	-	६, ७, १६, १७, २५, २६	१, ८, ९, १०, ११, २७, २८	५, १३, १४, १५, २३, २४	२, ३, ११, १२, २०, २१, २२, २९, ३०
ऑगस्ट	१७	१, ३१	३ ते १४, १६, १७	१८	१, २, १८, २० ते २६, २८, २९	१५, २७	१९	२, ३, ४, १२, १३, १४, २१, २२, ३०, ३१	५, ६, १६, २३, २४	१, १०, ११, २०, २८, २९	७, ८, ९, १७, १८, २५, २६

महिना			सप्टेंबर	ऑक्टोबर	नोव्हेंबर	डिसेंबर
पालेभाज्यांच्या लागवड योग्य दिवस	मेथी, पालक, कोथिंबीर, चारा इत्यादी	लिंक डे	३ ते ५, १३, १४, २१, २२	१, २, ११, १२, २१*, २२	७, ८, २६, २४, २४	४, ५, १३, २१, २२*, ३१
बियाणे / फळझाड लागवड योग्य दिवस	कापूस, तूर, डाळिंब	सीड / फ्रूट डे	६, ७, २५, २६, २४, २५	३ ते ५, १३, १४, २२, २२, ३०, ३१	१, ८, २०, २८, २७, २८	६, ७, ८, २५, २६, २४, २५
फूलवर्गीय पीक लागवड	केळी, गुलाब, जरबेरा	फ्लॉवर डे	१, २, १२, १९, २०, २८ ते ३०	१, १०, १८, २५ ते २७	५, ६, १३, १४, २२, २३	२, ३, ११, १२, २०, २१, ३०
भूमीतील पीक लागवड	बटाटे, मुळा	रूट डे	८ ते १०, १८, २६, २७	६, ७, १५, १६, २३, २४	२, ३, ११, १२, २०, २१, २८, ३०	१, १०, १९, २८, २६, २७
अमावास्या	अशुभ दिवस		१७	१७	१५	१४
नोड	सर्व कामास अत्यंत अशुभ		११, २३	८, २०	४, १७	१, १४, २८
रोपांचे स्थलांतर	भूमीतील पीक काढणी	(डिसेंडिंग पिरियड)	१४ ते १६, १८ ते २२, २४ ते २६	११ ते १६, १८, १९, २१ ते २३	८ ते १४, १६, १८, १९	५ ते १३, १५, १६, १७
कीड-रोगनाशकाची फवारणी	अमावास्ये-आधी २८ तास		१६	१६	१४	१३
पेरणीस चांगला दिवस	पेरणी कापणी, बीजी ४०१ फवारणी	चंद्र उत्तरायण स्थितीत (असेंडिंग पिरियड)	१ ते १०, १२, १३, २७ ते ३०	१ ते ७, ९, २०, २४ ते ३१	१, २, ३, ४, ५, ६, ७, २० ते ३०	२, ३, ४, १८ ते २१, २८, ३०, ३१
पेरणीस उत्तम		पौर्णिमेच्या ४८ तास आधी	९, ३०	२९	२८	२९
पेरणीस सर्वोत्तम	(MOS)	चंद्र-शनी ग्रह समोरासमोर	१३	२०	७	४

MOS (Moon Opposite Saturn) : पेरणीसह सर्व कामांसाठी सर्वोत्तम दिवस. त्या दिवशी चंद्र शनि ग्रहासमोर असतो. चंद्र उपग्रहाकडून कॅल्शिअम फोर्सेस व शनि ग्रहाकडून सिलिका फोर्सेस पृथ्वीवरील पिकांना मिळतात. पीकवाढ व रोगप्रतिकारकशक्ती मिळते.

पौर्णिमेच्या आधी ४८ तास पेरणी : पौर्णिमेला चंद्र पृथ्वीपासून नेहमीपेक्षा २८,००० किलोमीटरने जवळ असल्याने गुरुत्वाकर्षण प्रभाव वाढतो. त्याने समुद्राच्या पाण्याला भरती येते. तसेच जमिनीतील पाणी (ओलावा) वर येतो. त्यामुळे पेरलेल्या बियाण्याला योग्य ओलावा मिळतो व उगवण चांगली होते.

असेंडिंग पिरियड : भूमिगत पिके उदाहरणार्थ, बटाटे, मुळा, गाजर, हळद, वगळता सर्व पिकांची पेरणी करावी.

अमावास्येआधी २४ तास फवारणी : अमावास्येला रात्री पतंगवर्गीय किडी पिकांवर अंडी घालतात. अमावास्येच्या आधी फवारणी केल्याने पतंग वासाने अंडी घालत नाहीत.

डिसेंडिंग पिरियड : रोपांचे स्थलांतर, भूमीतील पिकांची काढणी, बीडी ५०० शिंपडणे, झाडांची छाटणी

नोड : शेतीकामास अत्यंत अशुभ दिवस. त्यादिवशी MOS असेल तर पेरावे; नसेल तर पेरू नये. कारण त्या दिवशी पेरलेल्या पिकांवर कीड-रोग जास्त येतात. वाढ कमी होते.

अमावास्या : शेतीकामास अशुभ, बैलांना आणि जमिनीला विश्रांती द्यावी.

रूट, फ्लॉवर, लिफ, फ्रूट, सीड डे : निर्देशित दिवशी लागवड केल्यास ब्रह्मांडाच्या ऊर्जेमुळे पीक चांगले वाढते. ८ ते १८ टक्क्यांनी उत्पन्न वाढते. कीड-रोग प्रादुर्भाव कमी होतो.

∎∎∎

कृषी विभाग, महाराष्ट्र शासन	http://agri.mah.nic.in
महाराष्ट्र शासन	www.maharashtra.gov.in
कृषी व सहकार विभाग, केंद्र शासन	http://www.agricoop.nic.in
डॉ. पंजाबराव देशमुख कृषी विद्यापीठ, अकोला	http://pdkv.mah.nic.in
डॉ. पंजाबराव दे. कृषी विद्यापीठ	http://www.pdkv.org
डॉ. बाळासाहेब सावंत कोकण कृषी विद्यापीठ, दापोली, जि. रत्नागिरी	http://www.dbskkv.org
महात्मा फुले कृषी विद्यापीठ, राहुरी, जि. अहमदनगर	http://mpkv.mah.nic.in
भारतीय कृषी अनुसंधान केंद्र, नवी दिल्ली	www.icar.org.in
भारतीय कृषी संशोधन संस्था, नवी दिल्ली	www.iaripusa.org
जागतिक बँक	www.worldbank.org
इक्रीसॅट, पटनचेरु, आंध्र प्रदेश	www.icrisat.org
हॉर्टीकल्चर ट्रेनिंग सेंटर, तळेगाव (पुणे)	www.msamb.org
सेंटर फॉर सायन्स ऑन्ड एनव्हिरॉनमेंट, दिल्ली	www.cseindia.org
मराठा चेंबर ऑफ कॉमर्स इंडस्ट्रीज ऑन्ड ऑग्रिकल्चर, पुणे	www.mcciapune.com
भात, गहू संशोधन संचालनालय, दिल्ली	www.nic.in/icar/dwri/htm
केंद्रीय मेंढी संशोधन संस्था	www.up.nic.in
तेलबिया संशोधन संचालनालय, दिल्ली	www.dor.icar.org
राष्ट्रीय दुग्धसंस्था, कर्नाल (हरियाणा) नॅशनल डेअरी रिसर्च इन्स्टिट्यूट	www.ndri.nic.in
राष्ट्रीय मशरूम संशोधन संचालनालय	www.nrc.mushroom.cim
राष्ट्रीय औषधी व सुगंधी वनस्पती संशोधन केंद्र, लखनौ	www.nrcmap.org
कृषी व्यावसायिक संस्था	www.agricultureonline.com

'किसान' कृषी प्रदर्शन, पुणे	www.kisan.com
अफार्म, पुणे	www.afarm.org
कृषी सल्ला, कृषी विज्ञान केंद्र, बारामती (पुणे)	www.kvkbaramati.com
सफेद मुसळी माहिती व मार्गदर्शन	www.nandanmusli.com
अपेडा, दिल्ली	http://www.apeda.com
कृषी विज्ञान केंद्र, बाभळेश्वर, जि. अहमदनगर	www.kvk.pravara.org.in
सेंटर फॉर लर्निंग ऑर्गेनिक ऑग्रिकल्चर	www.sholaischool.org
सेंद्रिय स्पायसेस फार्म, गोवा	www.shakarifarms.com
मॅनेज संस्था, हैदराबाद, आंध्र प्रदेश	www.manage.gov.in
शेतीमाल बाजारभावासाठी माहिती	www.agmarket.nic.in
प्रयोग परिवार, सातारा	www.prayogparivar.net
ग्रामीण शेती विकासविषयक संस्था	www.ruralrelations.com
पशुविषयक माहिती, अंथरा संस्था, पुणे	www.anthra.org
मँजियम सागवान रोपे संस्था, मुंबई	www.growfastmangium.com
हरितगृह आच्छादन माहिती, पुणे	www.ginegar.com
शेतीविषक माहिती	www.agricultureinformation.com
एच.ए.एल. प्रयोग परिवार, पुणे	www.prayogparivar.net
श्रीरोज ग्रीन हाउस उभारणी, पुणे	www.srirozgreenhouse.com
डिस्टीलेशन प्लँट निर्मिती, हैदराबाद	www.dhopeshwar.com
किसान वर्ल्ड	www.kisanworld.com
ऑर्गेनिक फार्मिंग असोसिएशन ऑफ इंडिया, गोवा	www.ofai.org
बांबू रोपे व लागवड मार्गदर्शन	www.globalcoolingfoundation.org
सेंद्रिय बियाणे	www.hindustancrop.com
महाराष्ट्र ऑर्गेनिक फार्मिंग फेडरेशन, पुणे	www.moffindia.org
पीजीएस सेंद्रिय प्रमाणीकरण संस्था, दिल्ली	www.pgsindia.ncof.gov.in
बायोडायनामिक शेती पद्धती व कॅलेंडर	http:// www.biodynamics.in http:// www.organichutbkk.com http://supabiotech.org http:// www.naandi.org/the-araku-way/

संदर्भ सूची

- डाळिंब - बहुगुणी औषधी फळ, राष्ट्रीय डाळिंब संशोधन संस्था, केगाव, जि. सोलापूर ४१३ २५५
- संगीताने शेती फुलवा, लेखन व संकलन : गजानन नामपूरकर, निवृत्त कृषी सहाय्यक, कृषी आयुक्तालय, पुणे
- ट्रॉम्बे शेतीपत्रिका, जून १९७७
- संगीतातून कृषी समृद्धी, कृषी उत्पादनासाठी संगीतोपचार, डॉ. एन. के. भूते, कीटकशास्त्रज्ञ, आनंद निकेतन कृषी महाविद्यालय, आनंदवन, वरोरा, जि. चंद्रपूर (महाराष्ट्र)
- दि पॉवर ऑफ मूव्हमेंट्स इन प्लँट्स, चार्ल्स डार्विन (१८५९)
- मनःशक्ती केंद्र, वनस्पती प्रयोग विभाग, लोणावळे ४१० ४०१ (महाराष्ट्र)
- डाळिंब उत्पादन तंत्रज्ञान, कृषी विज्ञान केंद्र (पायरेन्स), बाभळेश्वर, ता. राहता, जि. अहमदनगर
- डाळिंब लागवड व व्यवस्थापन, जगन्नाथ शिंदे
- निर्यातक्षम डाळिंब उत्पादन तंत्रज्ञान, रवींद्र म. काटोले
- डाळिंब लागवड - जैन तंत्रज्ञान, जैन इरिगेशन सिस्टिम्स लि., जळगाव
- डाळिंब शेती, संपादक : विजय दुधाळे, सकाळ प्रकाशन
- डाळिंब, डॉ. वि. सु. बावसकर
- डाळिंब मार्गदर्शिका, अखिल महाराष्ट्र डाळिंब उत्पादक संशोधन संघ, पुणे
- डाळिंब शेतीचे यशस्वी मंत्र, सुधीर सोनवणे
- पाणी व्यवस्थापनाचे महत्त्व, राष्ट्रीय डाळिंब संशोधन केंद्र, केगाव, जि. सोलापूर ४१३ २५५
- डाळिंब बहुगुणी औषधी फळ, राष्ट्रीय डाळिंब संशोधन केंद्र, केगाव, जि. सोलापूर ४१३ २५५
- फळबाग छाटणी तंत्र, ११ ते १७ एप्रिल २०१३, आधुनिक किसान, औरंगाबाद
- तण देई धन - सेंद्रिय शेतीचा मूलमंत्र, विवेक शरद रानडे, वर्धा (महाराष्ट्र)
- डाळिंबावरील रोग व कीड निदान आणि व्यवस्थापन, राष्ट्रीय डाळिंब संशोधन केंद्र, केगाव, जि. सोलापूर ४१३ २५५
- व्यावहारिक बायोडायनामिक शेती, सुपा बायोटेक प्रा. लि., नैनीताल, उत्तरांचल
- बायोडायनामिक ऑग्रिकल्चर, बेसिक कोर्स, स्टडी मटेरियल, भाईकाका कृषी केंद्र, रविपुरा, जिल्हा आणंद (गुजरात)
- डाळिंब प्रशिक्षण पुस्तिका, वर्धा फॅमिली प्रोजेक्ट, नांदी फाउंडेशन, वर्धा
- डॉ. सर्वदमन पटेल, भाईकाका कृषी केंद्र (बायोडायनामिक फार्म), रविपुरा, जिल्हा आणंद, गुजरात आंतरराष्ट्रीय प्रशिक्षण केंद्र
- बायोडायनामिक प्लँटिंग कॅलेंडर - इंडिया सन २०२०
- तेल्यामुक्त डाळिंब उत्पादन, दत्तात्रय ढिकले
- एम. एम. मुरुगप्पा चेट्टीयार रिसर्च सेंटर, थारामनी, चेन्नई ६०० ११२ (तमिळनाडू)
- ग्रामपरिवर्तन, पुणे
- http://www.gmo-free-regions/kconference2010/press.html
- www.monosantovideorevolt.com
- The Myths of Safe Pesticides, Andre Leu
- Pomegranate Growing Manual, National Reserach Centre on Pomegranate, Kegon, Dist. Solapur 413 255

लेखक परिचय

दिलीपराव देशमुख बारडकर
एम.एस्सी. (ऑग्री), एलएल.बी.
२०७, हिल टॉप रेसिडेन्सी, व्यंकटेश नगरी, नागठाणा रोड, वर्धा ४४२ ००१
मोबाईल : ९८८१४ ९७०९२
इ-मेल : dilipraodbaradkar@gmail.com

- नामवंत कीटकतज्ज्ञ, हिंदुस्थान सिबा-गायगी इंडिया लिमिटेड उद्योगसंस्थेतून प्रांतीय संशोधन अधिकारी म्हणून निवृत्त

- सेंद्रिय शेती पद्धतीचे खंदे प्रचारक, बारड येथील स्वतःच्या शेतीत सेंद्रिय पद्धतीने विविध पिकांचे उत्पादन व संशोधन

- विविध शेतपिकांवरील किडी व त्यांचा प्रसार, किडींमुळे होणारे रोग, प्रतिबंधात्मक कीडनाशकांमध्ये वापरली जाणारी रसायने, इत्यादींचे महाराष्ट्र, गोवा, कर्नाटक, मध्य प्रदेश व तमिळनाडू या राज्यांमध्ये प्रदीर्घ काळ संशोधन

- विविध स्वयंसेवी संघटनांच्या माध्यमातून सहयोगी शेती, सेंद्रिय शेतीविषयक मार्गदर्शन व प्रसार

- रेसिड्यू फ्री अँड ऑर्गॅनिक मिशन इंडिया फेडरेशन संस्थेचे सल्लागार म्हणून कार्यरत

- सेंद्रिय शेतीचे महत्त्व, रासायनिक कीडनाशकांचे धोके इत्यादी विषयांवर अनेक वृत्तपत्रांमधून व नियतकालिकांमधून लिखाण

- विविध यशस्वी कृषिप्रयोगांवर आधारित मार्गदर्शनपर नऊ पुस्तके प्रकाशित

- जागतिक कृषी परिषद, २०१९मध्ये कृतिशील सहभागाबद्दल प्रशस्तिपत्र. त्याशिवाय शेतीमित्र, सिंचन मित्र, सेंद्रिय शेती शिल्पकार, स्व. शंकरराव किर्लोस्कर पारितोषिक, रेसिड्यू फ्री अँड ऑर्गॅनिक मिशन इंडिया फेडरेशन प्रशस्तिपत्र अशा विविध पुरस्कारांनी सन्मानित